TAFAKARI 40 KWA YESU WA EKARISTI TAKATIFU

TAFAKARI 40 KWA YESU WA EKARISTI TAKATIFU

Na

Dominique Nothomb

Tafsiri Martin Mandalu

mpmandalu@yahoo.com

+255784864379

Maandiko Matakatifu kitabuni yametolewa

Biblia Takatifu Toleo la Iringa

Picha za Ekaristi kitabuni kwa hisani ya

Tumaini Media na mtandao wa intaneti

ISBN 978-9987-9123-9-1

RUHUSA YA KUCHAPA

Mwandishi wa kitabu
Padre Dominique NOTHOMB (M.Afr)
"40 VISITES AU SAINT SACREMENT"
Tafsiri Martin MANDALU
Tafsiri ya kwanza 2007
Tafsiri ya pili 2016

+ Na ichapwe
Mhashamu Mathias Ngartéri MAYADI
Askofu wa jimbo katoliki la Moundou, Tchad
Mwaka 2000

LENGO LA KITABU

Kitabu hiki ni mahususi kwa wale ambao wanaguswa na kusukumwa na Roho kwa mwaliko wa kanisa kujongea mbele ya Sakramenti ya Ekaristi Takatifu ili kumwabudu Yesu; ambaye tunamwambia: "Bwana wangu na Mungu wangu;" ambaye kimafumbo yupo ndani ya Ekaristi.

Pengine sakramenti Takatifu imewekwa juu ya altare ndani ya Kioneshi, pengine imebaki ndani ya Siboria ndani ya Tabenakulo; lakini yupo hapo; Mungu na Mwanadamu mzima na mwenye kutupenda. Yupo kwaajili yetu; kutupokea, kujitoa kwetu, kutuunganisha katika sadaka yake, na kutuongoza kwa Baba yake; ambaye ni Baba yetu pia, kutupatia Roho na upendo wake sisi sote, na kutusikiliza. Tunaweza kuongeza pia; "kwa furaha na faraja yetu."

Kila mmoja, kwa kadri anavyoona inafaa na kwa mang'amuzi ya roho na utashi wake, atenge muda unaomfaa; ila muda huo usiwe mfupi mno. Katika muda huo; unaweza kusoma taratibu moja kati ya sura hizi za tafakari arobaini kwa Yesu wa Ekaristi.

Mpangilio wa makala na sura za mazungumzo na Bwana katika tafakari hizi 40, unafuata mpangilio wa maisha yake ya kibinadamu; kama jinsi ambavyo Injili zinavyotujulisha, isipokuwa tafakari saba za mwisho, ambazo zinamtafakari Mfufuka kama jinsi alivyo sasa katika utukufu wake.

Pamoja na hayo yote, si lazima kufuata mpangilio huu. Kila mmoja anaweza kuchagua tafakari anayoipenda siku hiyo kulingana na wakati wa mwaka wa kanisa, ama kulingana na mahitaji yake ya kiroho.

Mwongozo katika kila tafakari ni ule ule:

1. Fumbo la imani kwa uwepo wa Yesu ndani ya Sakramenti ya Ekaristi
2. Kutambua fumbo; "tazama jinsi Yesu anavyotupenda"
3. Namna gani naweza kuuishi, kuujibu huo ufunuo katika zawadi hii; "Tazama jinsi Yesu anavyotuonyesha upendo wake"
4. Maombi; kwako wewe mwenyewe na kwa wahitaji wengine
5. Sala ya mwisho na shukrani.

Makala ya sala hii ya shukrani ya mwisho ni fupi kabisa kwa makusudi:

Ni kwaajili ya kumwalika kila mmoja kwa uhuru kabisa kulingana na mwongozo wa Roho Mtakatifu, na kwa mwangaza wa fumbo alilotafakari; kuyatafakari maisha yake.

Zaidi maelezo haya yanakubalika katika makala zote za kila tafakari; kwamba kila mmoja bila ya kubanwa mno na makala; ujisikie huru kabisa kuifupisha, kuirefusha, kuibadili, kubadili msamiati, kuongeza maombi, na kadhalika na kadhalika. Fanya kwa kadiri ya mwangaza unaopokea na kwa mahitaji yako ya kiroho.

Jambo moja muhimu ni kwamba, tafakari hizi: ni mazungumzo nyenyekevu ya imani, ya uaminifu, na ya upendo wa kila mmoja na Bwana wake muhibu na mpendwa pasi na mfano.

TABARUKU

Natolea kitabu hiki kwa watu wote wenye
mapenzi mema na wenye nia thabiti kumtafuta
Yesu Kristo na kwa kuwaongoza wengine
kwake

SHUKRANI

Natoa shukrani zangu tele kwa mtunzi wa kitabu hiki Padre Dominique Nothomb (22 Juni 1924 - 9 Novemba 2008) wa shirika la Wamisionari wa Afrika (White Fathers - M.Afr). Apumzike kwa amani. Namshukuru kwa kuwa ametushirikisha sala na tafakari zake kwa kuandika kitabu hiki chenye tafakari zenye kumwezesha muumini kuongea vizuri na Bwana wetu Yesu Kristu kwa moyo hasa.

Namshukuru pia kwa kunipatia ruhusa ya kutafsiri kijitabu hiki toka Kifaransa ili kwamba wale wa ulimwengu wa Kiswahili wapate pia fursa ya kusali na kuitafakari Ekaristi Takatifu kwa mafunzo, tafakari na maono ya padre huyu mtakatifu kabisa.

Nimefanya tafsiri hii ili ilete maana halisi kwenye lugha ya Kiswahili; nafahamu hii si tafsiri bora kabisa ya Kiswahili, lakini walau inafikisha ujumbe mkuu na kumsaidia muumini kutafakari na kusali. Nimefanya tafsiri hii kwa kuwa mimi binafsi pia niliguswa hasa na kijitabu hiki kwa takafari zake nyepesi, lakini zenye kuongoza na kugusa vyema mno. Ni matumaini yangu kuwa kitawasaidia pia waamini wengine wengi kusali na kumtafakari vyema Yesu wa Ekaristi Takatifu.

YALIYOMO

KUABUDU NA UIJILISHAJI

Hatuwezi kupumzika wala kukaa bila ya kufanya kitu chochote kwaajili ya woga. Lakini ili kupata uthubutu wa kumtangaza Yesu Mfufuka; tunahitaji nguvu; moto ambao tunaupata kupitia kumwabudu Yesu wa Ekaristi.

Ninachokisema hapa; nilikigundua kwa wakristu wengine; walei waliokuja China na kutujulisha umuhimu wa kumwabudu Yesu wa Ekaristi. Hakika walituletea moto wa uabuduji na upendo wa neno la Mungu.

Moyo huu wa uabuduji ni kama moto mpya ambao wakristu wa China wanauhitaji. Naweza kudhihirisha hilo kwa mifano kadha wa kadha.

Katika mji mmoja, mwanamke mmoja mkatoliki mwenye uchaji na ibada ya hali ya juu kabisa; alianzisha novena kwa sala na kufunga ili kuomba na kuharakisha ujio wa Papa katika nchi yetu.

Alizunguka mji mzima kwa baiskeli kupangilia novena hiyo.

Kila jioni aliwakusanya wakristu kwa siri, ili kusali rozari mbele ya Sakramenti Takatifu. Kila siku yeye na kundi lake walifunga kula; alipata nguvu na juhudi ya kufanya hivyo toka katika kumwabudu Yesu wa Ekaristi.

Kisha wakristu hao walipata moto wa uabuduji, walipata mwamko na walisukumwa kwenda kuwatembelea wagonjwa waliokuwa kufani na kufanikiwa kuwapatia Habari Njema.

Ni Baraka pekee toka kwa Mungu; inayopatikana katika kumwabudu yeye; ndiyo inaweza kutufanya kuwa wamisionari.

Mkristu mmoja wa China

TAFAKARI YA KWANZA

YESU TUMBONI MWA MARIA

1.	Bwana Yesu, siwezi kukuona kwa macho yangu ya nyama. Kwa macho haya naona alama nyenyekevu ya mkate ambao Roho Mtakatifu, kwa sala ya padre, ameugeuza kuwa mwili wako. Na mwili huu ni wewe katika nafsi yako, upo hapa mbele yangu. Nakuabudu, Emmanuel, Mungu pamoja nasi.

2.	Leo, nakutafakari katika tumbo la kibikira la Maria, Mungu usiye na mipaka uliyekuwa mwanadamu ndani ya tumbo la Maria kwa uwezo wa Roho Muumbaji. Moyo mkingiwa dhambi ya asili wa Maria umekupokea ndani ya imani yake. Moyo uwakao mapendo yaliyosambazwa na Roho huyo huyo; wakuzunguka kwa mapendo ya kimama. Wewe Yesu ni wa milele umeingia ndani ya wakati; wewe ni mkuu uliyefichika ndani ya tumbo la mwanamke myenyekevu, wewe mweza wa yote, umekuwa tegemezi kabisa... kwa kuingia duniani ulisema: "Tazama nimekuja, ee Mungu, Baba yangu, kuyafanya mapenzi yako...[1]" wewe mwenye asili ya kiMungu, umejishusha, umejifanya mwanadamu mtiifu, wewe mwana wa Mungu umekuwa mwana wa Maria...fumbo ambalo halikuwahi kusikika, lisiloeleweka, la ajabu... ni upendo pekee ndiyo umeundwa na mambo hayo... Ndiyo, Yesu unatupenda kupindukia, ulinipenda, unanipenda tena hapa, umejificha ndani ya Hostia.

3.   Ni namna gani naweza kukushukuru, kukutukuza, wewe uliyependa kuvuka mpaka wa Asiyeonekana hadi kuonekana; kwa Muumbaji kuwa muumbwa, kutoka katika

---

[1] **Zaburi** 40: 7 Ndipo niliposema, "Tazama nimekuja." Katika gombo la chuo nimeandikiwa,... "kuyafanya mapenzi yako" **Waebrania** 10:9 ndipo aliposema: *Tazama, nimekuja niyafanye mapenzi yako.*

furaha kamilifu hadi katika dunia hii ya mateso na kifo. Ndiyo, Yesu nakupenda ukiwa umefichwa kwa Maria. Mwanadamu mdogo kabisa katika nafsi ya Neno wa milele wa mwana mpendwa wa Baba… Natamani kukupokea sawa sawa na imani inayofanana na yako… na nakwambia kama Maria: "Tazama, mimi ni mjakazi wa Bwana; na iwe kwangu kama ulivyosema…[2]"

4.   Leo, katika kukuabudu, nawafikiria kina mama wote, kina mamawajawazito ambao wanabeba viumbe vidogo; haya ni maajabu ya Mungu Muumbaji…maisha mapya yanayozaliwa…Nawaombea kina mama hao na pia watoto wote ambao ni tegemezi kabisa na ambao wana kiu ya upendo ambao hupatiwa na mama zao. Nawaombea pia wasichana wote mabikira, ambao

---

[2] **Luka** 1: 38 Tazama, mimi ni mjakazi wa Bwana; na iwe kwangu kama ulivyosema

umewachagua kama wachumba wajitoe kwako kama alivyofanya Maria… Ishi ndani mwao, wajaze kwa upole na uwepo wako mtakatifu…

5.	Naam, asante Yesu, kwa kutaka kujificha; lakini kwa kuwepo ndani ya Sakramenti hii, kama ulivyokuwa ndani ya tumbo la Maria.

TAFAKARI YA PILI

YESU HORINI KULE BETHLEHEMU

1.	Bwana Yesu mwokozi wa watu, nakuja mbele yako, umejificha ndani ya hostia. Nakuamini, Mungu wangu... giza lafunika macho yangu, lakini nina imani...' Upo hapa, kama jinsi ulivyo katika utukufu wa mbinguni, nasujudu mbele yako na nakuabudu...

2.	Leo, nakutafakari ukiwa umelazwa horini, katika nyumba. Karibu yako namtafakari Maria; mwenye furaha isiyo kifani, Yosefu; mwanaume huyu mnyenyekevu na mwenye haki; wamejawa na furaha kuu. Mara punde, wachungaji; watu wanyenyekevu, na kama ambavyo vizazi vya wakristu vilivyofahamu na kusimuliana; kulikuwa pia na punda, ng'ombe... na mwanga safi wa kibinadamu umelijaza banda hili ambamo malaika wanaimba: "Utukufu kwa Mungu... na amani kwa watu ambao Mungu anawapenda…"3

Ni mfano murua kabisa, baina ya kipande hiki cha mkate; kilicho mwili wako, na hili tokeo la Bethlehemu;"nyumba ya mkate"…Hakuna makuu yoyote ya kibinadamu, ila tu mtoto mdogo amevalishwa nguo za kitoto; ishara ya upendo moto moto wa Maria mama yake. Mtoto amelazwa horini na hakuna utajiri wowote wa kimitindo, lakini kuna furaha halisi, amani ya Mungu, utukufu mng'aavu wa upendo wa Mungu u juu ya mtoto huyu anayelala bila wasiwasi, na ambaye tayari anaongea nasi…

3. Ndiyo, Bwana wangu uliye karibu kabisa nasi, wakati huu, nasubiri ujumbe wako kwa kuonekana kwako kwa mara ya kwanza

---

[3] **Luka** 2:14 "Atukuzwe Mungu juu mbinguni, na duniani iwe amani kwa watu aliowaridhia."

kati ya wanadamu…Unaniambia: Nimechagua unyenyekevu, wewe pia uchague, nimezaliwa mbali na makundi yenye kelele ndani ya ukimya wa usiku, karibu na masikini; watamaniwa zaidi kuliko wakuu wa dunia hii, wewe pia jifunze kuwapenda. Watazame na jifunze toka kwa Maria na Yosefu, furaha yako itafanana na yao pia. Naam, Yesu, pamoja na mama mtakatifu mwenye furaha, pamoja na Yosefu mkimya, na msikivu kwako, pamoja na wachungaji, nakutukuza, nakuabudu, na nakupenda…napenda kufanana nawe zaidi na zaidi, kuchagua ulichochagua, kupenda ulichopenda na unachopenda…

4. Katika kukuabudu, nawafikiria: wanyenyekevu wote, watu wadogo, wakimya wote, wapenda amani, watoto wadogo, najiunga na malaika katika masifu yao, na watawa, nawaombea watoto wanaojiandaa kwa komunyo ya kwanza, kwa wale

wanaopokea kwa moyo safi, kwa mara ya kwanza, mkate wa mbingu ndani ya Bethlehemu ya mioyo yao… na ninaomba kwa amani ya dunia yote.

5.   Naam, asante Yesu, kwa kuniongoza hivi leo horini, kuungana na wachungaji kukuabudu.

TAFAKARI YA TATU

YESU ANAABUDIWA NA MAMAJUSI

1.   Bwana Yesu, Mfalme wa wafalme na Bwana wa mabwana, upo ndani ya kipande hiki cha mkate kilichogeuka kuwa mwili wako, nakuabudu. Umejisogeza karibu nasi; nami najisogeza karibu nawe, Mungu wangu, ulikuja kuishi kati yetu…

2.   Leo nawasindikiza mamajusi waliokuja kutoka mbali kukuabudu. Hawa ni wapagani, lakini wanatafuta ukweli na wanataka kumtii Mungu. Ni wajuzi lakini hawana majivuno; wanapokea mwangaza wa Mungu ambao unamulika zaidi mioyo yao kuliko ujuzi wao. Hawa ni matajiri lakini wapo tayari kutoa kwa mfalme aliyetumwa na Mungu, zawadi azizi kabisa toka katika utajiri wao. Na wewe Yesu, uliye mmiliki wa mbingu na dunia, Bwana wa mbingu, umejifanya masikini na mtoto ili uweze kupokea zawadi za wanadamu. Ni unyenyekevu na upendo ulioje kwetu sisi

wanadamu! Wakati Mamajusi wanakutolea dhahabu(kwa kuwa wanaamini kuwa wewe ni mfalme), manemane (kwa kuwa waamini kuwa wewe ni wa milele), na ubani(kwa kuwa wanaamini kuwa wewe ni Mungu), unapokea zawadi hizi nono; zawadi ambazo ni ishara ya ushindi wa imani thabiti na tamanika ya watu hawa wajuzi na mashuhuri.

3.	Yesu, umekuja kutuletea zawadi zote za maisha ya milele, zawadi za mbinguni. Zawadi hizo zipo hapo, zimefichwa ndani ya hostia takatifu ambamo ninakuabudu. Lakini unafungua mikono kupokea zawadi za wanadamu, matunda ya akili na kazi zetu. Bwana mfalme wangu na Mungu wangu, napokea toka katika upendo wako na maisha yako, lakini nakuja pia kukutolea zawadi zangu dhaifu. Nakutolea: akili yangu, kila nilichonacho na ninachomiliki kwani wewe ndiye umenipatia toka kwako Bwana;

nakurudishia. Yote ni yako, unatoa yote kulingana na upendo wako. Nipatie upendo na neema zako; hivyo vyanitosha Bwana. Nakushukuru Bwana, kwa kupokea sadaka yangu, na ninaiweka mbele yako kwa upendo mkubwa.

4.   Katika kuwasindikiza mamajusi kukuabudu pale Bethlehemu, nakuomba Bwana, kwa wote wasiokufahamu bado; wajuzi na matajiri wanaotafuta ukweli, njia ya Mungu. Ng'arisha ndani ya mioyo yao nyota ambayo itawaongoza Bethlehemu karibu nawe, Bwana upo hapa mbele yangu, ndani ya Ekaristi Takatifu. Mfalme wa Mataifa, Jitambulishe kwa watu wote duniani, tuma wamisionari wako ndani ya nchi za mabara yote, ili jina lako lijulikane, liimbwe, na litukuzwe duniani kote.

5.	Asante Yesu, naam asante kwa kunipatia zawadi zako na kwa kupokea zangu. Kupenda, ni kutoa na kupokea.

TAFAKARI YA NNE

YESU KULE NAZARETI

1.	Bwana Yesu, Mfalme wa Utukufu, Wewe uliyekuwa, uliye na utakayekuja, nakuabudu, wewe unayeishi kati yetu ndani ya kikanisa hiki, ama ndani ya kanisa hili, upo kwa hakika ndani ya Sakramenti ya mwili wako ulio hai. Sikuoni kwa macho yangu ya nyama, lakini wewe Bwana, unanitazama ndani ya nyumba yako.

2.	Leo nakutafakari ndani ya nyumba ya Yosefu na Maria pale Nazareti. Nyumba iliyojengwa na Yosefu mseremala, na inayowekwa katika hali ya usafi na Maria mama wa nyumbani; mwenye kuelewa vyema kabisa kazi yake. Na wewe Yesu, mtoto mtiifu kwa wote; unajifunza kama watoto wote, kama vile mtoto aliyelelewa vyema na wazazi wake anavyokuwa. Unajifunza kufanya kazi kwa mikono yako, lakini pia kujua historia takatifu na sala za Zaburi katika maandiko matakatifu. Unajiweka katika kanuni ya ukuaji wa taratibu za wanadamu, na katika maendeleo ya kila siku. Unagundua maisha nyenyekevu ya kijijini na unashiriki katika furaha na mahangaiko; matukio ya furaha na ya huzuni pia ambayo yanawagusa majirani zako, familia yako, na nchi yako. Unaishi maisha ya kawaida ya kila siku na unafanya kazi ya aina moja kila siku, kama mwana wa mtu, na kama mwana wa Mungu, kwa utii kwa baba yako na katika utakatifu halisi.

3.   Na sasa kwa mara nyingine, Yesu, ukiishi kati yetu katika Sakramenti hii ya ajabu katika uwepo wako, unatufundisha kuyapenda maisha nyenyekevu na kazi za kila siku. Unajua yote yanayotokea katika: familia yetu, jumuiya yetu, mtaa wetu, kijiji chetu, nchi yetu, na unaishi kati yetu kutusaidia kuiga mfano wako wa maisha yako ya ukimya kule

Nazareti. Naomba Yosefu na Maria wawepo pia ndani ya nyumba yetu, familia yetu, jumuiya yetu, na chi yetu. Kama wao na hasa kama wewe Yesu; mfano bora wa mfanyakazi, nataka kuzitakatifuza kwa sala, kazi zote nyenyekevu za kila siku, kuziishi katika muda huu, na kwa upendo wa kindugu. Uwepo wako ndani ya Ekaristi Takatifu unanitia moyo katika kuyapenda maisha yangu ya kawaida, magumu, na mara nyingi ya aina moja; lakini yaliyo njia ya uhakika kuelekea utakatifu.

4.   Kule Nazareti, na hapa mbele yako katika uwepo wako, nakuomba kwaajili ya wafanyakazi wote, lakini pia kwa vijana wote, wanaojiandaa kwa mustakabali wa maisha yao, watambue vipaji vyao kupitia masomo, sala na kazi. Bwana watie moyo hali kadhalika, kina mama wote katika shughuli na mahangaiko yao ya kila siku ya kuzilisha na kuzitunza familia zao, na kwa mfano wa Maria

wa Nazareti, waweze kukua kila siku katika
utakatifu…

5.	Asante Yesu, naam asante Bwana, kwa
kunifundisha kutakatifuza maisha nyenyekevu
ya kila siku.

TAFAKARI YA TANO

YESU KULE YERUSALEM

1.   Kwa mara nyingine, tazama nipo mbele yako Bwana Yesu, katika nyumba hii ya sala unamoishi, unapofanya makazi yako, mchana na usiku, umejificha lakini kifumbo upo. Nakuabudu, wewe, Mungu Mtakatifu wa milele, mwenye huruma isiyo na mipaka.

2.   Leo, pamoja nawe, napanda Yerusalemu; mji wa amani, ambao katika umri wa miaka kumi na miwili, na kama ilivyokuwa mara nyingi hapo baadaye; ulienda kushiriki katika ibada ya Mungu mmoja ambaye Israel ilimwabudu kwa fahari kuu. Ulifurahi kuwa katika nyumba ya Baba yako; nyumba ambayo ilikuwa ya sala kwa taifa lote. Kila mara maandiko makuu ya Biblia; sheria ya manabii, na ya maandiko ya busara za watu wako yalikujia katika kumbukumbu za akili yako, na katika midomo yako pia. Uliimba

Zaburi. Ulitambua vyema zaidi namna gani ulitakiwa kukamilisha utume wako si kwanza katika utukufu wa Ufalme ujao, bali kwa kufuata njia ya unyenyekevu, utii, na pia mateso, lakini zaidi kwa huruma kwa ubinadamu unaohangaika, ukombozi na huruma kwa wadhambi.

3.   Mimi hapa kwahiyo, hivi leo naungana pamoja nawe katika nyumba ya baba yako, ndani ya nyumba yako, ndani ya nyumba hii ya sala na ya sadaka kwa Mungu. Nisaidie Yesu, kuipenda nyumba hii, sehemu hii ya uwepo wako, ili niweze kukuomba na pamoja nawe kumuomba Baba yako. Kwa kuwa pamoja nawe, niweze kung'amua wito wangu wa kipekee, na namna ya kuutimiza, si kwa utukufu wangu binafsi, bali kwa utukufu wa Baba, utukufu wa Mungu. Kama wewe, napenda kujitolea kabisa kwaajili ya Baba yangu, hata kama nawatia uchungu walio

karibu nami, ama wale ambao hawaelewi kwanini mara nyingine hujitenga nao ili kusali.

Napenda kuendelea kuwa mwaminifu kwa tafakari yangu ya kila siku kwako wewe uliye ndani ya Sakramenti hii ya Ekaristi Takatifu. Nitajitahidi kusafisha mahali hapa uishipo, na kujifunza kusali na kusikiliza neno la Mungu kwa heshima na upendo zaidi.

4.   Leo napenda kukuomba Bwana Yesu, kwaajili ya mapadre ili kwamba, kama wewe, wajitoe kabisa kwa kazi ya Baba. Naomba ili kwamba waje kila siku katika nyumba hii kuadhimisha Ekaristi kwa imani na heshima, watafakari neno la maandiko, walihubiri kwa wakristu, na wakuabudu ndani ya Sakramenti yako Takatifu. Ongeza pia idadi ya wale wanaopenda kuja ndani ya nyumba yako, na wawe waabuduji wa kweli.

5.   Naam, asante Bwana Yesu, "Nalifurahi waliponiambia, Na twende nyumbani kwa Bwana"4.   Asante   kwa   kunialika   na kuniwezesha kukutana nawe

---

4 **Zaburi** 122:1 "Nalifurahi waliponiambia, Na twende nyumbani kwa Bwana"

TAFAKARI YA SITA

YESU KANDO YA YORDANI

1.   Nakujia wewe mwanakondoo wa Mungu, uondoaye dhambi za dunia, wewe uliye ndani ya mkate uliobarikiwa, wewe unayetupenda, wewe unayenipenda. Unanipokea karibu nawe, nasujudu mbele yako na ninakuabudu.

2.   Leo Bwana Yesu, naungana nawe pembeni mwa mto Yordani, pale Yohane mbatizaji alipowaalika wadhambi kwa toba na kuwabatiza[5].wewe pia ulimfuata, ukajishusha, ukachukua nafasi kati ya wadhambi, wewe huna kosa, umtakatifu. Na tazama Roho Mtakatifu akaja juu yako, na Baba akakutangaza: "wewe ni mwana wangu

---

[5] **Mathayo** 3:1-2 Siku zile aliondokea Yohane Mbatizaji akihubiri katika nyika ya Uyahudi, na kusema, "Tubuni, kwa maana ufalme wa mbinguni umekaribia" **Marko**1: 4 Yohane alitokea, akibatiza nyikani, na kuuhubiri ubatizo wa toba liletalo ondoleo la dhambi. **Matendo** 19:4 Paulo akasema, "Yohane alibatiza kwa ubatizo wa toba, akiwaambia watu wamwamini yeye atakayekuja nyuma yake, yaani Yesu."

mpendwa wangu, ndani yako nimeweka upendo wangu wote na furaha yangu yote …[6]"Ni furaha ilioje kwako, Yesu kusikia hiyo sauti ikikuthibitisha katika utume wako wa ukombozi, na iliyokuwa ikikualika kuanza utume wako bila kuchelewa. Na sasa ninapoitazama hostia hii iliyo hapa mbele yangu, nasikia sauti hiyo ya Baba ikiniambia: "Tazama, mwanagu yupo hapa, mtafakari ili Roho aliye ndani yake aje ndani mwako pia…" Naam Bwana, Roho wako anijaze kwa kivuli chake na kuniwezesha hivi sasa kuishi ile hali ya mimi kujitambua pia kama mwana mpendwa wa Baba…

3. Na sasa Bwana, naelewa kwamba, kuisikia hiyo sauti ya Baba, natakiwa, kama wewe, nijishushe, nitafute nafasi ya mwisho,

---

[6] **Marko** 3:10-11 Mara alipopanda kutoka majini, akaona mbingu zinapasuka, na Roho, kama hua, akishuka juu yake; na sauti ikatoka mbinguni, "Wewe ndiwe mwanangu, mpendwa wangu; nimependezwa nawe" **Mathayo** 3:17, **Luka** 3:22

na kama wewe pia niingie katika sala kwa uaminifu wote na kwa kujitoa kabisa. Sijimiliki, najiweka katika mikono ya Baba, ili kwamba mapenzi yako yatimizwe ndani mwangu. Ili kama wewe, niweze kuiishi ile hali/uzoefu wa kuwa mwana wa Mungu, Baba yangu, na niweze kutambua pia kwamba nimetumwa kutimiza kazi ya ukombozi wa mwanadamu. Lakini ni furaha ilioje hivi sasa, kutambua kuwa ni "*mwana ndani ya mwana*", kufahamu kuwa napendwa na Baba, kufahamu kuwa Roho yu juu yangu… naam, asante Yesu, kwa kunishirikisha furaha yako!

4.   Ndani ya kanisa lako, Bwana, Roho wako Mtakatifu ameamsha siku hizi vyama vya kitume, na jumuiya mpya kadha wa kadha, ambamo kushukiwa na Roho wako kunatamanika, na kuombwa kupokelewa kwa changamoto ya hali ya juu kabisa. Nakuomba, Bwana, kwaajili ya "mitume wote wapya,

wakweli" ili kwamba hii hali/uzoefu wao wa Roho Mtakatifu (*na wangu pia*) usipotee kwa mafundisho ya uongo. Lakini badala yake uzoefu huo wa Roho, uwasogeze karibu zaidi na Ekaristi yako Takatifu, na kuwasukuma wajitoe kuwahudumia wengine kwa bidii. Wafundishe Bwana, nami pia, kuwa; njia halisi ya uzoefu wa Roho Mtakatifu ni ile ya unyenyekevu na sala.

5.   Asante Yesu, asante kwa kuniwezesha kusikia sauti na hisia za Baba kunitazama kama mwanaye...

TAFAKARI YA SABA

YESU JANGWANI

1.   Mara nyingi Bwana, uko peke yako ndani ya kijikanisa hiki, ni dhahiri kuwa umezungukwa na malaika wakuabudio, lakini eneo hili huachwa wazi mno na wanadamu. Nakuja karibu yako, karibu nawe, mimi ambaye mara nyingi pia hukusahau. Asante kwa wakati huu ambapo naweza kupiga magoti mbele yako ukiwa umejificha ndani ya Ekaristi Takatifu.

2.   Leo, naungana nawe katika eneo hili la upweke ambapo ulipenda kwenda kwa muda wa siku arobaini, mara kisha mwongonzo wa Yordani. Ni Roho Mtakatifu ndiye aliyekusukuma kwenda huko. Ulienda huko ili kumkabili adui wa wanadamu na wa Mungu pia. Ulikubali kujaribiwa naye. Alikushawishi mara tatu, ili kuutimiza wito wako wa kuukomboa ulimwengu, mjaribu alipenda

uufanye ukombozi huo, kwa anasa, ama kwaajili ya faida yako binafsi, jambo ambalo usingelifanya kamwe, ama kwaajili ya kujipatia sifa na heshima za wanadamu, ama kwaajili ya kupata nguvu za kisiasa, na nguvu za kijeshi juu ya mataifa yote …Ulikataa katakata, kama jinsi ufanyavo siku zote, kwa kunukuu neno la Mungu toka kitabu cha Kumbukumbu la Torati. Ulichagua kwahiyo kile ninachokutana nacho ndani ya Ekaristi Takatifu; kujisahau na kujishusha, unyenyekevu na utii, huduma safi kwa Mungu na kwa wanadamu… Ulikuja kuhudumia na si kuhudumiwa, ulikuja kutupenda na kutoa maisha yako, na si kutawala kama mabwana wa dunia hii.

3.   Namna gani nikushukuru Bwana, kwa kukubali kujaribiwa na shetani, yule ambaye anatuzunguka akitafuta nani wa kumrarua na kummeza. Unatuonyesha vishawishi ni vipi, na

kutuwezesha namna ya kuvishinda. Natambua kwamba nitakapojaribiwa ama kwa furaha za dunia hii, ama kwa kiburi, ama kwa mapenzi ya pesa, ni hapo ndipo natakiwa kurudi, walau katika roho, hapa mbele yako ndani ya Sakramenti ya uwepo wako nyenyekevu, mpendelevu, mshindaji, chemchem ya maisha. Kama nakutafakari hapa, na nakuabudu na kukuomba, utanipatia nguvu ya kuyashinda majaribu na malaika waliokuwa wakikutumikia, watanisaidia nikutumikie, na "wanyama mwitu" ambao walikuwa wakikuzunguka bila kukudhuru lakini waliokuwa wakikuheshimu, watanisaidia kuingia ndani ya amani uliyo nayo.

4.	Niwaombee kina nani leo kama si wale wenye mamlaka ndani ya kanisa, na wote wanaoshawishiwa na mali ya dunia hii? Zaidi, kwa wale wote ambao wana wito wa mamlaka na ambao wana wajibu wa kisiasa na kijamii, na wanaoshawishiwa na tamaa kubwa ya pesa, tamaa za mwili, ubatili, tamaa ya heshima…

5.   Asante Bwana, kwa kunifundisha kuyatupilia mbali majaribu na kufuata, kama wewe, njia ya unyenyekevu; ya huduma na utii.

TAFAKARI YA NANE

YESU KULE KANA

1.   Ni kwa furaha kubwa nakuja kwako Bwana, wewe uliyekuja mahususi kwaajili yetu na unaishi kati yetu, ili utupatie maisha, na maisha katika ukamilifu wake[7]. Nakuabudu wewe Bwana harusi wa kanisa, na pamoja na Roho Mtakatifu, na nakukaribisha "karibu Bwana"

2.   Leo, umekuja Kana, umealikwa katika karamu nzuri, moja ya harusi za kibinadamu, katika macho yako inaonyesha muungano wako na kanisa lako, na wa kila moja ya roho zetu. Maria pia alialikwa karamuni. Ndipo hapo ulipotenda muujiza wako wa kwanza wa upendo na utukufu; uligeuza maji kuwa divai, kama katika Ekaristi unabadili mkate kuwa mwili wako, na divai damu yako. Na divai hii mpya, njema kuliko, ni Roho wako Mtakatifu

---

[7] Yohane 10: 10… Mimi nalikuja ili wawe na uzima, kisha wawe nao tele

ambaye analeta furaha na nguvu, upendo na umoja. Ishara hii ya ajabu, yenye ukamilifu maridhawa, uliifanikisha kwa ombi la mama yako; mwanamke anayeponda kichwa cha shetani[8]. Tunapoadhimisha Ekaristi, Maria pia yupo bila ya kuonekana, anakutafakari kwa fahari wewe ambaye huyajibu maombi na sala zake, wewe ambaye hupendi furaha safi za wanadamu zikumbwe na aibu, wewe Bwana harusi halisi wa ubinadamu.

3.   "Na wafuasi walikuamini" anahitimisha Mtakatifu Yohane. Mimi pia Bwana, nakuamini, natafakari utukufu wako uliofichika ndani ya Ekaristi, utangulizi wa harusi za kimbingu na za milele "karamu ya mwanakondoo" Na imani yangu inakuwa tiifu. Pale Kana, Maria aliwaambia watumishi "Fanyeni chochote atakachowaambia[9]".

---

[8] Ufunuo 12
[9] Yohane 2:5 Mamaye akawaambia watumishi, "Lolote atakalowaambia, fanyeni"

Ninapokuja kukuabudu, wewe Bwana harusi halisi, katika alama nyenyekevu ya mkate, Maria ananiambia tena neno hili, na nipo tayari kufanya utakaloniambia kufanya. Na kama, nafanya mapenzi yako, utaugeuza moyo wangu kama jinsi ulivyogeuza maji kuwa divai, na nitaweza kupokea vyema zaidi divai mpya ya Roho ndani ya viriba vipya, vile vya moyo wangu uliogeuzwa na Roho yule yule. Kuja karibu nawe kama ilivyo hivi sasa, siku zote ni chemchem ya furaha na neema, uhakika ya kwamba, kuwa pamoja nawe; kilicho kikuukuu kinakuwa kipya, kilichokuwa kikileta huzuni, huleta shangwe.

4.   Kwa tukio la Kana Bwana, nakuomba kwaajili ya wanandoa wakristu, wakualike katika kusheherekea pamoja nao umoja wao, wamwalike pia Maria kushiriki furaha yao. Wasaidie kufahamu kuwa, watakuwa na furaha pamoja pale tu watakapoitii Injili.

5.   Nami   pia,   nakushukuru   kwa
kuniwezesha hii leo kuwa karibu nawe, tayari
kunijaza divai mpya ya Roho wako.

TAFAKARI YA TISA

YESU NA MWANAMKE MSAMARIA

1.   Umenisubiri Bwana, kwa muda mrefu, nami nakuja kwako, na nina tumaini kubwa, kiu kubwa ya kukufahamu vyema zaidi. Nakaa karibu nawe, naomba msaada wa Roho wako, pamoja na hakika kwamba unanitayarishia mwangaza, zawadi iliyo bora zaidi kuliko matamanio yangu.

2.   Leo Bwana, najifananisha na mwanamke wa Samaria ambaye ulikuwa ukimsubiri karibu na kisima cha Yakobo. Unaniambia, kama ulivyomwambia yeye "Nipe maji ninywe[10]". Na kwa kuwa sielewi nini cha kukupatia, unaniambia; "kama ungejua zawadi ya Mungu[11]". Neno ambalo na kwa wakati mmoja ni bayana, na kwa wakati huohuo

---

[10] **Yohane** 4:7 Akaja mwanamke Msamaria kuteka maji. Yesu akamwambia, "Nipe maji ninywe."

[11] **Yohane** 4:10 Yesu akajibu, akamwambia, "Kama ungaliijua karama ya Mungu, naye ni nani akuambiaye, 'Nipe maji ninywe,' ungalimwomba yeye, naye angalikupa maji yaliyo hai. "

fumbo. Naam, natambua zawadi hiyo; ni wewe mwenyewe, Yesu, ni Roho wako, ni upendo wako, ni uwepo wako kwangu. Lakini ni pia uwepo wako ndani ya Sakramenti hii ambayo ipo mbele ya macho yangu na ambayo kwayo nakuabudu. Lakini nalielewa swala hili kidogo, ama vibaya, ni wazi bila ya uhakika…Zawadi hii ambayo kwayo si tu kwamba Mungu anajitoa kabisa kwangu, lakini pia ananipatia pia nafasi ya kumwabudu, kumwabudu Baba katika Roho na ukweli. Ukweli huo ambao ni wewe mwenyewe. Naam, asante Yesu, wewe unamtambulisha Baba kwetu; anayekuona wewe, anamuona Baba. Na hivyo ninapokuabudu hapa katika Sakramenti hii, namwabudu pia Baba.

3.   Ni namna gani naweza kuitikia upendo wako mkubwa, Bwana, kama si kwa kupokea zawadi unayonipatia; "Anayekunywa maji haya unayonipatia hatokuwa kamwe na kiu ya

kitu chochote[12]" Na maji haya yatabubujika katika maisha ya milele. Ndani mwangu, kwa hiyo, kuna chemchem isiyokauka. Nakuja kukata kiu, kwa hamu kubwa na furaha kubwa. Unanifundisha kwahiyo, Bwana abudio la kweli la Baba. Umekuja kuwatafuta waabuduji hawa wa Baba, na hivi unanipatia zawadi ya Roho wako, na kama unaniachia Sakramenti ya mwili wako, uliotolewa na kusalitiwa, ni kwaajili ya kunifundisha ndani ya sadaka yako kwa Baba, na ili kwamba maisha yangu yote yawe, ndani yako, sadaka, abudio na Ekaristi.

4.   Ni kwa mwanamke, mwanamke huyu wa Samaria, ndiyo unajifunua kama mwokozi wa dunia, hata kabla ya kujifunua mbele ya wafuasi wako. Ni kwa sababu hiyo nakuomba

---

[12] **Yohane** 4: 13-14 Yesu akajibu, akamwambia, "Kila anywaye maji haya ataona kiu tena;   walakini yeyote atakayekunywa maji yale nitakayompa mimi hataona kiu milele, bali yale maji nitakayompa yatakuwa ndani chemchemi ya maji, yakibubujikia uzima wa milele "

leo Bwana, kwaajili ya wanawake wakristu, ambao mara nyingi wapo karibu na Moyo wako, makini zaidi kwa neno lako, wakarimu zaidi katika kupokea zawadi kuliko wanaume wengi…Nakushukuru kwa kazi zao, mara nyingi zimefichika, lakini zenye neema ndani ya kanisa, na ninakuomba uwasaidie wanaume wa kanisa waweze kupokea vizuri na kuheshimu mchango wa wanawake katika maisha ya kanisa hili

5.   Naam, asante Yesu, asante kwa zawadi zako, asante kwa zawadi ya Roho wako, maji hai yabubujikayo katika maisha ya milele…

TAFAKARI YA KUMI

YESU KATIKA SALA MLIMANI

1.   Ndani ya ukimya na pengine ndani ya giza la usiku, nasogea kwako Bwana, nakupenda. Sikuoni kwa macho yangu lakini, kwa imani iliyoamshwa na Roho Mtakatifu, angaza usiku wangu, na ninajua kuwa upo hapa pamoja nami.

2.   Leo napanda juu ya moja ya milima ambayo wewe uliipanda mara kwa mara kwenda kusali. Ulipenda kwenda usiku na ulibaki katika sala kwa muda mrefu. Saa hizo kwako zilikuwa ni nzuri mno, hapo ukiwa pekee pamoja na Baba yako, uliongea naye kwa roho, moja kwa moja, kwa uwazi wote. Ulitufundisha kwa hiyo, umuhimu wa sala za upekee na za muda mrefu, mahusiano ya ndani kwa ndani na upendo pamoja na Baba. Ulijua kwamba watu wengi husali, ama kwa muda mfupi tu, na / ama vibaya. Kama wakimuomba Mungu, mara nyingi, ni kwa

malengo ya kumtawala; ili waweze kujihudumia na kufanikiwa katika shughuli na miradi yao. Katika sala zako za usiku, ulitufundisha kwamba sala ya kweli ni tafakari na mshikamano kwa mapenzi ya Baba, utii nyenyekevu na wenye furaha kwa malengo yake, msukumo mkubwa wa upendo kutoka moyoni kwenda kwa yule ambaye ni Utakatifu wote na Ukamilifu wote.

3. Kama ambavyo umenikumbusha Bwana Yesu, wewe ni mtu pekee uliyemuomba vyema zaidi baba, nami nataka nijishughulishe vyema zaidi kila siku, na naanza sasa wakati huu, katika ukimya na sala iliyorefushwa, makini, na nyenyekevu. Unajua Bwana, mara nyingi nina mwelekeo wa kufupisha muda wa sala, na kujishawishi kwamba, kuna mambo mengine muhimu zaidi ya kufanya badala ya kukaa muda mrefu katika sala. Nataka pia kuchagua njia ambazo

zinawezesha mazungumzo na Mungu; kuchagua sehemu yenye ukimya, na saa za mchana ama usiku ambapo naweza kweli kuwa pekee pamoja naye. Kama ulivyosema; "naingia ndani ya chumba cha siri cha moyo wangu, nafunga mlango, na hapo naungana na Baba, na yupo ndani mwangu…[13]". Kwahiyo nafungua mlango mwingine ambao wewe Bwana unabisha hodi, unaingia mwangu, na ninaweza kuunganisha sala zangu na zako…Na Roho Mtakatifu ananinong'oneza, anafanya izaliwe ndani mwangu sala ya kindugu ambayo inafanana na mpango wa upendo wa Baba kwa watu wote.

4.   Ilikuwa kisha sala ya usiku, ndipo ulipowachagua wale kumi na wawili ambao

---

[13] **Mathayo 6:6** Bali wewe usalipo, ingia katika chumba chako cha ndani, na ukiisha kufunga mlango wako, usali mbele za Baba yako aliye sirini; na Baba yako aonaye sirini atakujazi

uliwaita waishi nawe... ndiyo maana Bwana Yesu, nasali kwaajili ya wale walio na utumishi ndani ya kanisa na wanaoendelea hivi leo na utume wao; maaskofu, mapadre, makatekista na wote wenye mamlaka ndani ya kanisa, ili kwamba wawe kama wewe; watu wa sala, na katika sala hizo za kila siku, zenye muda wa kutosha, ziwapatie imani, tumaini, na upendo ili viweze kupenya utume wao. Na kwamba, Ekaristi wanayoiadhimisha katika jina lako, na ambayo naiabudu hapa, iwafanye wawe waabuduji wa kweli

5.   Naam, asante Yesu, asante kwa kuweka mkono wako juu yangu na kwa kuniongoza juu yam lima huu was ala, karibu nawe.

TAFAKARI YA KUMI NA MOJA

YESU AITAMBULISHA FURAHA YA KWELI

1.   Kama jana Bwana, napanda juu ya mlima, ila leo ikiwa ni kukusikiliza. Nafungua moyo wangu kwa ujio wa Roho wako. Uko hapa, umejificha ndani ya alama nyenyekevu ya mkate na nakuabudu. Naamini kwamba wewe ni Neno wa Mungu, Mwangaza wa kweli wa dunia

2.   Leo, naitikia wito wako na ninakaa mbele yako kusikiliza ujumbe ambao kwa mara nyingine unawaeleza watu namna ya kuitafuta furaha ya kweli. Mara nane unasema "Heri" Lakini nini chanzo cha furaha hii? Unaifunua waziwazi; "kwa kuwa ufalme wa Mungu ni wenu, upo ndani yenu sasa, kama mnaamini na mnanifuata. Na kwa kuwa, ndani ya ulimwengu ujao, mtamuona Mungu,

mtashibishwa,   mtapata   huruma,
mtafarijiwa…[14]"

Naam, ni kwa namna gani maneno haya yanakuwa na uhalisi zaidi hapa mbele ya Sakramenti ya uwepo wako mpendwa, kuliko kwingine kokote… kwani, ufalme wa Mungu ni nini, kama si uwepo huu mpya wa Mungu kati ya wanadamu na ndani ya mioyo yao…Ekaristi Takatifu ni ishara na uhakika wa uwepo huu, ni ufalme wa Mungu, mbingu, uliyo tayari kati yetu ndani ya kanisa, kwenye moyo wa dunia, hapa mbele yangu.

3.   Lakini furaha hii amepewa nani hasa? Ulisema jambo hilo ndani ya maneno yako na

---

[14] **Mathayo 5:1-12** Naye alipowaona makutano, alipanda mlimani; na alipokwisha kuketi, wanafunzi wake walimjia. Akafumbua kinywa chake, akawafundisha, akisema, Heri walio masikini war oho, Heri wenye huzuni, Heri wenye upole, Heri wenye njaa na kiu ya haki, Heri wenye rehema, Heri wenye moyo safi, Heri wapatanishi, Heri wenye kuudhiwa kwa ajili ya haki,…Furahini na kushangilia, kwa kuwa thawabu yenu ni kubwa mbinguni.

unalionyesha ndani ya Sakramenti hii; ni kwa masikini wa roho, wanyenyekevu, wapole, wenye amani, wasioasi hata katika mateso, wenye huruma, wanaofanana nawe ee Yesu… Na hivi sasa, kama jinsi unavyojionyesha ndani ya Sakramenti hii, unanikumbusha upo hapa ndani ya kipande hiki kidogo cha mkate, ishara ya; unyenyekevu, upole, amani, huruma. Alama pia ya udhaifu wa kila ukweli wa kidunia, na pia, ishara ya chakula mahususi kwa kuliwa na kuendesha maisha ya wakilacho; alama ya kujisahau kwa nafsi, upendo na umoja. Kwa kukutafakari ndani ya alama hii, na kwa kupokea hostia, nasikia neno la maandiko: "Heri walioalikwa kwenye karamu ya mwanakondoo, heri walioalikwa kwenye karamu ya Bwana[15]"

---

[15] **Ufunuo 19:9** Naye akaniambia, "Andika: Heri walioalikwa karamu ya arusi ya Mwanakondoo." Akaniambia, "Maneno haya ni maneno ya kweli ya Mungu"

4.   Kwa kusikiliza neno hili la furaha, nakuomba Bwana, kwa wale wote wasiotambua na waliosongwa na maovu, balaa za haya maisha yetu hapa duniani. Wajalie Bwana, kusikia ujumbe wako wa ahadi yako; watambue kuwa maovu yanayowasonga hayatoki kwako, ila kwamba wewe umekuja kuwapatia furaha ya kweli, ile inayodumu siku zote, na kwamba hakuna awezaye kuiondoa kwetu.

5.   Naam, asante Yesu…, tembea pamoja nami, nibakie karibu nawe, ndani yako, hapo ndipo kwenye furaha yangu, furaha ya kweli ya kila mwanadamu….

TAFAKARI YA KUMI NA MBILI

YESU ANAJAWA FURAHA NDANI YA ROHO MTAKATIFU

1.   Naacha shughuli zangu za kila siku, na nakuja kwako Bwana, wewe uliyetumwa na Baba, wewe mkombozi wa dunia, upo ndani ya alama ya mkate ambao nauona mbele yangu na kwayo, nikiangaziwa na Roho wako, nakuabudu. Asante kwa kunikaribisha na kunipokea kwa mara nyingine karibu nawe.

2.   Leo Bwana, nasikia mwinjilisti akiniambia, Yesu alijawa na furaha ndani ya Roho Mtakatifu na alisali hivi: "Baba Bwana wa mbingu na dunia, nakutukuza. Kile ulichokificha kwa wakuu wa dunia hii, umekifunua kwa wadogo...Naam Baba, kwani hivyo ndivyo ilivyokupendeza...[16]". Sala ya maajabu, pengine ni sala nzuri kuliko zingine

---

[16] **Mathayo 11: 25-26** Wakati ule Yesu akajibu, akasema, "Nakushukuru, Baba, Bwana wa mbingu nan chi, kwa kuwa mambo haya uliwaficha wenye hekima na akili, ukawafunulia watoto wachanga. Naam, Baba, kwa kuwa ndivyo ilivyopendeza mbele zako" **Luka 10:21**

zote. Inaelekezwa kwa Baba ambaye ni Mungu Muumbaji, na wa milele, kwanza ni masifu halisi, na pia mshikamano, na mshikamano wa furaha, kwa mapenzi ya Baba. "Naam Abba -Baba" katika maneno haya mawili, rahisi na adhimu, ni kilele cha sala yote. Imani ya kindugu na kujitoa, utiifu haswa na upendo… Sala hii ebwana Yesu, husiti kuirudia, na unairudia pamoja nasi pale tunapoadhimisha Ekaristi Takatifu na tunapokuabudu…Umejitoa mzima na jumla kwa Baba, kwa pendo lake, lakini unapokelewa na kuonjwa na wanyenyekevu tu, watoto wadogo; wadogo kabisa

3.	Wakati huu kwahiyo Bwana, nairudia sala yako, nikisukumwa na Roho Mtakatifu; Naam Baba, nakutukuza, ndiyo Baba mapenzi yako yatimizwe, iwe furaha yangu…kila kikupendezacho kinijaze furaha. Kila uamuacho kwaajili yangu na kwa watu wote ni chema, cha haki, kamilifu, na kwahiyo sina tamaa ya kitu kingine, wala ya mapenzi mengine, naomba kwamba mapenzi yako, yawe mapenzi ya Baba…

Wewe Yesu hukutaka kitu kingine; "Nimekuja, ulisema, si kufanya mapenzi yangu bali kufanya yale ya Baba aliyenituma[17]" Baba huniachi kamwe peke yangu, kwa kuwa hufanya siku zote yapendezayo. Katika kukutafakari ndani ya Ekaristi, kiukamilifu umejitoa kwa mapenzi ya Baba yako, nasikia ndani mwangu kupanda kwa sala yako ya masifu, sala yako ya mshikamano kwa furaha njema ya Baba, na Roho ananisukuma kuisema sala hiyo pamoja nawe…

---

[17] **Yohane 6: 37-38** Wote anipao Baba watakuja kwangu; wala yeyote ajaye kwangu sitamtumpa nje kamwe. Kwa kuwa mimi sikushuka kutoka mbinguni ili niyafanye mapenzi yangu, bali mapenzi yake aliyenipeleka. **Yohane 4: 34**

4.   Nakuomba   kwahiyo   kwa   hao wanyenyekevu na wadogo ambao kwao Baba amefungua siri zake. Bwana Yesu, ongeza zaidi idadi yao, na naomba nami uniweke kati yao. Na kwamba wasivutwe na busara ya uongo ambayo mara nyingine huwalenga wao. Na kwamba kanisa litambue kuwapokea na kuwasikiliza, kama lilivyofanya vyema kabisa kwa Teresia wa Mtoto Yesu, na kwa uso mtakatifu , alitangazwa mwalimu wa Kanisa na kwa mafundisho ya sauti yake ndogo, ile ya utoto wa kiroho; na hivi anakuwa kwa wote mfano mzuri wa kujifunzia.

5.   Asante Bwana, kwa kunijibu ndani ya moyo wangu zawadi ya Roho na matunda yake ambayo ni "upendo, furaha, amani, utu wema, uaminifu…[18]"

---

[18] **Wagalatia 5:22-23** Lakini tunda la Roho ni upendo, furaha, amani, uvumilivu, utu wema, fadhili, uaminifu, upole, kiasi; juu ya mambo kama hayo hakuna sheria

TAFAKARI YA KUMI NA TATU

YESU MPOLE NA MNYENYEKEVU WA MOYO

1.   Bwana Yesu, Emmanuel, Mchungaji mwema, rafiki wa watu, Mungu pamoja nasi, nakuja mbele yako. Nikiwa nimeangaziwa na Roho wako, nakuabudu. Wewe ni Mwana mpendwa wa Baba na mwokozi wetu. Umenipokea kwa wema licha ya udhaifu wangu na dhambi zangu. Kwahiyo uhimidiwe.

2.   Jana nilikusikia ulipokuwa umejawa na furaha ndani ya Roho Mtakatifu, na jinsi ulivyomshukuru Baba kwa kufunua siri zake kwa wadogo na wanyenyekevu. Leo, nasikia neno zuri mno lililofuata ile sifa. Ulisema, na unatuambia tena ndani ya Sakramenti yako Takatifu; "Njooni kwangu, ninyi nyote msumbukao na kuelemewa na mizigo; jifunzeni kutoka kwangu, kwa kuwa mimi ni mpole na mnyenyekevu wa moyo, na mtapata

raha mioyoni mwenu[19]". Maneno haya ni ya mchungaji aliyejawa na mapendo. Unawaalika kwahiyo wote wahangaikao waje kwako kwa imani, unawapokea kwa upendo na kwa upole unawastarehesha na kuwaimarisha. Unawafunulia na unawapatia nguvu ya kubeba nira yako. Nira hii ni nyepesi kwa kuwa unatupatia sehemu ya Roho yako na ya upendo wako, hiyo inarahisisha kile ambacho kingeweza kuwa kizito mno kwenye mabega yetu.

3.   Mbele ya Sakramenti yako Takatifu, hapa mbele yangu, nakuja kwako Bwana Yesu, na naitikia mwaliko wako. Wote katika dunia hii, tunahangaika na kuelemewa na mizigo, lakini ni furaha ilioje kwetu sisi wakristu kusikia mwaliko wako kwetu; "njooni kwangu". Nakushukuru kwa kuniwezesha

---

[19] Mathayo 11: 28 'Njoni kwangu, ninyi nyote msumbukao na wenye kuelemewa na mizigo, nami nitawapumzisha.

kusikia mwaliko huu, na nina furaha kukuwa hapa mbele yako hivi sasa. Je, ni sehemu gani ambayo naweza kuelewa vyema zaidi kwamba wewe ni mpole na mnyenyekevu wa moyo, kama si hapa ndani ya Sakramenti yako Takatifu? Alama nyenyekevu ya mkate inakumbusha unyenyekevu wa moyo wako. Upole ninaoupata ninapokula hostia iliyobarikiwa, unanikumbusha pia upole wa moyo wako. Kwa kunilisha mkate huu wa mbingu na sasa ninapoutafakari, nahisi ile hamu ya kufanana nawe, na kuwa kama wewe, mpole na mnyenyekevu wa moyo.

4.   Sala yangu leo, ni kwa wale wote wanaohangaika, na hasa wale wanaohangaika zaidi yangu, na ambao hawaelewi kuwa moyo wako umpole na mnyenyekevu; waweze kusikia mwaliko wako, waje kwako, na waweza kupata pumziko la nyoyo zao. Na ili kwamba mapadre wote,

makatekista, na wachungaji wote wa kanisa lako watambue kuufananisha moyo wako mpendwa kwa wote wawafundishao, na hivyo waweze kuwa kama wewe, wapole na wanyenyekevu wa moyo

5. Asante Yesu, kwa kunialika na kunipokea, asante kwa kunipenda kwa upendo mkubwa na unyenyekevu ndani ya Sakramenti ya upendo wako

TAFAKARI YA KUMI NA NNE

YESU WEWE MWANA WA MUNGU ALIYE HAI

1.   Bwana Yesu, kwa mara nyingine mimi hapa mbele yako, upo lakini umejificha ndani ya Sakramenti ya Ekaristi. Nafungua moyo wangu kwa Roho wako Mtakatifu, na nakuabudu. Wewe ambaye malaika na watakatifu wanakutafakari ndani ya Utukufu wa Mungu, nakuamini.

2.   Leo, naungana na wale kumi na wawili ambao umewakusanya ili uwe nao karibu yako. Baada ya sala ya usiku, uliwachagua. Kisha muda wa sala, siku moja uliwauliza; "Nanyi mwaninena mimi kuwa ni nani?[20]" Ni swali ambalo hukiuliza kila kizazi cha wakristu, na huliuliza mara nyingi, na hata hapa unaniuliza mimi. Na kama vile Simoni alivyokujibu katika furaha ya imani motomoto

---

[20] Mathayo 16:15 Yesu, akawaambia, "Nanyi mwaninena mimi kuwa ni nani?"

ya kwamba, "Wewe ndiwe Kristo, Mwana wa Mungu aliye hai[21]" Ulimwonyesha furaha papo hapo, furaha yako na yake pia. Kisha ulimkabidhi Kanisa lako; "kanisa hili ambalo kamwe nguvu za giza na za kifo hazitoweza kulishinda[22]". Ni ndani ya kanisa hili, ulilolijenga, juu ya imani ya Petro, ndimo ambamo Sakramenti hii ya maajabu ya mwili na damu yako huadhimishwa kila siku katika kweli, hushirikishwa waamini na kutunzwa kwa imani, heshima na upendo.

3.   Ndiyo   maana   kuabudu   kwangu, nakufanya katika imani ileile ya Petro. Naam Yesu, wewe ni Kristu, mjumbe wa Mungu na mwokozi wangu, Wewe ni mwana wa Mungu

---

[21] Mathayo16:16 Simoni Petro akajibu akasema, "Wewe ndiwe Kristo, Mwana wa Mungu aliye hai

[22] Mathayo 16: 18-19 Nami nakuambia: Wewe ndiwe Petro, na juu ya mwamba huu nitalijenga kanisa langu, wala milango ya kuzimu haitalishinda. Nami nitakupa wewe funguo za ufalme wa mbinguni; na lolote utakalolifunga duniani, litakuwa limefungwa mbinguni, na lolote utakalolifungua duniani, litakuwa limefunguliwa mbinguni

aliye hai. Utakatifu wote wa utatu mtakatifu upo ndani yako. Tangu ufufuko wako wewe ni mshindi wa kifo, wewe ni kichwa na kiongozi wa kanisa lako, mshenga pekee kati ya Mungu na wanadamu. Mwanadamu pekee mwenye upadre unaotupatia msamaha wa maisha ya Mungu, na unayempatia sadaka takatifu na kamilifu. Nakuamini, pamoja na kanisa lote, kanisa ambalo kwalo imani ya Petro imesambazwa toka kizazi kimoja hadi kingine mpaka leo. Mbele ya Sakramenti ya mkate, ambao umekuwa mwili wako, imani hii kwa hakika, ni ya lazima japokuwa ni ngumu kuelewa, kwa sababu ufahamu na akili vinaona tu kipande cha mkate…Nakushukuru kwa kunipatia imani hiii, na ninakuomba uilinde na kuiimarisha siku baada ya siku.

4.   Ndiyo maana Bwana, nakuomba kwa wale wote ambao, kwa kuona Sakramenti yako wanashawishiwa na mashaka, naomba

Roho wako Mtakatifu awaangazie na kuwaimarisha ili kwamba wapate uhakika wa imani, imani ya kanisa, ile ya Petro, ile ambayo uliimarisha kwa kumfanya Petro kuwa mwakilishi wako kati ya watu, kiongozi, anayeonekana kwa macho, wa kanisa lako

5.   Naam, asante Yesu, kwa kunipatia imani kwako, na kwa kunitangaza mwenyeheri kama ulivyosema kwa Petro

TAFAKARI YA KUMI NA TANO

YESU ANAGEUKA SURA

1.   Tabenakulo, ama kioneshi, ni sehemu ya ajabu Bwana, ya uwepo wako Mtakatifu. Ni sehemu ambapo Roho wako, huniangazia, nakuabudu, wewe ambaye unajionyesha katika macho yangu bila mng'ao wa mwangaza mtakatifu, lakini katika utaji wa kipande hiki kidogo cha mkate…

2.   Na zaidi, leo katika kumbukumbu zangu naangalia jambo lile la ajabu la kugeuka sura yako. Unapanda mlima Tabor pamoja na wanafunzi wako watatu uliowapenda zaidi, na wakati ukisali, sura yako iligeuka. Mwangaza ulitoka kwako na ulikuzunguka. Utukufu wa kimbingu ulionekana hapo. Musa na Elia waliongea pamoja nawe. Roho Mtakatifu alionekana kwa mfano wa wingu. Sauti ya Baba ilisikika kama siku ya ubatizo wako. "Huyu ni Mwanangu, mpendwa wangu,

ninayependezwa naye. Msikilizeni yeye[23]". Mungu Baba yetu, ulipenda kwamba kwa mwangaza huo na neno hilo, imani ya wafuasi wako iimarishwe. Lakini ulipenda pia kanisa lote, wakristu wote, waje juu ya mlima huu, na waweze kuutafakari utukufu wako, ni wazi si kwa kasi ile ya mwangaza ambayo ilikuwa ni ya kipekee kabisa, bali kwa mwangaza wa ndani, ule wa imani iliyopenywa na upendo.

3.   Hivi sasa, nipo kati ya wenye heri ambao waweza kukutafakari ndani ya alama nyenyekevu ya mkate. Siuoni utukufu wako kwa macho yangu. Lakini Roho Mtakatifu aliye ndani yako na ndani yangu, anaikumbusha sauti ya Baba, najua kwamba wewe ni mwana mpendwa wa Baba, na ninataka kukusikiliza, wewe Bwana wangu pekee. Kama Petro,

---

[23] Mathayo 17:5 Alipokuwa katika kusema, tazama, wingu jeupe likawatia uvuli. Na tazama, sauti ikatoka katika lile wingu, ikasema, "Huyu ni Mwanangu, mpendwa wangu, ninayependezwa naye. Msikilizeni yeye"

nakuambia; "Bwana ni vizuri sisi kuwapo hapa[24]" kwa sababu Zaburi inasema; sina sura nyingine zaidi yako. Petro hakujua alichokuwa akisema, mwinjilisti aliandika; hakutambua kwa kiasi gani neno hilo lilikuwa ni kweli...na Roho ngapi katika hisoria zimepata furaha kubwa kwa kukaa mbele yako na kukutafakari. Hapa mbele ya Ekaristi Takatifu, utukufu wako umejificha, utukufu wa upendo. Nakubariki Bwana, na nakushukuru kwa furaha hii ambayo hunipatia kila mara nijapo kupiga magoti ama kukaa mbele yako, furaha hii ambayo yaweza kunipatia nguvu ya kushiriki msalaba wako wakati muda utakapofika, kama wafuasi wako, kuubeba na kukufuata.

4.   Nakuomba leo Bwana, wewe ambaye uso wako uling'ara kwa utukufu juu ya mlima,

---

[24] **Mathayo 17:4** Petro akajibu akamwambia Yesu, "Bwana, ni vizuri sisi kuwapo hapa; ukitaka, nitafanya hapa vibanda vitatu, kimoja chako wewe, na kimoja cha Musa, na kimoja cha Eliya"

kwaajili ya watawa wa kike na wa kiume hasa wale wenye usufii, wakaapweke, waweze kila siku, kupanda juu ya mlima Tabor, na kuutafakari utukufu wako, na kisha washuke chini ya mlima na kushuhudia kwa watu, kile watakachokuwa wametafakari.

5.	Naam, asante Yesu, kwa kuniongoza juu ya mlima mtakatifu, ule wa kubadilika kwako kwa sura.

TAFAKARI YA KUMI NA SITA

YESU MCHUNGAJI MWEMA

1.   Mimi hapa mbele yako, Yesu, mwana wa milele wa Mungu, ulikuja duniani hapa kuutambulisha upendo wa Mungu na kuokoa wadhambi. Nina nadhari ya udogo wangu mbele yako. Lakini naongozwa na Roho Mtakatifu, na nakuabudu, wewe Bwana wangu na Mungu wangu.

2.   Leo nakumbuka, maneno yako ambapo ulisema kwamba; wewe ni mchungaji mwema, na kwa wakati huohuo mlango ambao kondoo wanaweza kupitia. Wewe ni mchungaji wa kweli unayewatambua kondoo wako, kila mmoja kwa jina lake. Unawaongoza katika malisho mazuri. Unawalinda dhidi ya adui. Unawalinda kila wakati. Kama mmoja wao anapotea, unaenda kumtafuta, unamtafuta mpaka alipopotelea, na unapompata, unamuweka juu ya mabega na unamleta nyumbani. Hayo yote, unanifanyia mimi, na

wengine wengi. Muda huu tena, wewe ni mchungaji mwema.

Najua kwamba unanifahamu kwa jina langu. Na, kwamba unaniangalia kwa uangalifu mkubwa, napokea toka kwako chakula hiki cha kila siku kinachofanya niishi kama mtoto wa Mungu, na kila ninapojitenga nawe, unanisamehe. Nakushukuru kwa hilo, Bwana, naamini upendo wako kwangu na kwa watoto wote wa Mungu ambapo wewe ni mchungaji.

3.	Mimi hapa kwahiyo Bwana, nipo mbele yako wewe, kama mwanakondoo wa kundi lako. Naelekeza kwako mtazamo wangu wa imani wa moyo wangu. Ulisema; "nawajua kondoo wangu, na kondoo wangu wanitambua[25]" Furaha yangu kubwa ni

---

[25] **Yohane 10:14-15** Mimi ndimi mchungaji mwema; nao walio wangu nawajua; nao walio wangu wanijua mimi; kama vile Baba anijuavyo, nami nimjuavyo Baba. Nami nautoa uhai wangu kwa ajili ya kondoo.

kukutambua wewe Bwana, wewe uliyeyatoa maisha yako kwaajili yangu, wewe uliyekuja kutupatia maisha, maisha katika ukamilifu, maisha haya kamilifu ni yale ya Mungu, ambayo unayalisha kwa mkate uliogeuka kuwa mwili wako, ili kwamba niweze kuula kila siku. Kwako wewe mchungaji mtakatifu, naweka imani yangu yote kwako. Kwako pekee, nakuja kutafuta mkate huu ambao waniongezea maisha matakatifu. Katika uongozi wako, nipo salama. Wewe ni mlango pekee uongozao kwa Baba. Hakuna aendaye kwa Baba ila kwa wewe. Asante Bwana, kwa kuniweka juu ya mabega yako, kwa kunibeba, kwa kuniongoza, na hivyo kuonyesha uchungaji wako kwangu.

4.   Ulisema kwamba una kondoo wengine ambao bado hawapo ndani ya kundi. Unawatafuta na pamoja nawe Bwana, nawatafuta sasa kwa sala yangu ikiungana na

sala yako, na kisha kwa kazi yangu, maneno yangu, huduma kwa wengine. Nakuomba kwahiyo, kwa hao kondoo wote ambao unataka kuwakusanya ili kwamba kuwe tu na kundi moja na mchungaji mmoja tu[26]. Nakuomba pia kwaajili ya umoja wa kanisa lako, ambalo leo limegawanyika. Waimarishe maaskofu, mapadre, makatekista na wachungaji wengine, ili wafuate mfano wako wewe mchungaji pekee wa kweli; wewe ambaye sisi sote tu wanakondoo wako.

5. Asante Yesu, kwa kuniita na kunihesabu kati ya kondoo wa kundi lako; "Bwana ni mchungaji wangu sitopungukiwa na kitu[27]"

---

[26] **Yohane 10:16** Na kondoo wengine ninao, ambao si wa zizi hili; na hao nao imenipasa kuwaleta; na sauti yangu wataisikia; kisha kutakuwako kundi moja na mchungaji mmoja.

[27] **Zaburi 23:1** Bwana ndiye mchungaji wangu, sitapungukiwa na kitu.

TAFAKARI YA KUMI NA SABA

YESU MSAMARIA MWEMA

1.	"Mungu ni upendo[28]" aliandika mtakatifu Yohane. Upendo huu usio na mwisho, ambao ni Mungu, nauabudu hapa ndani ya Sakramenti, Bwana Yesu. Kwa mwangaza wa Roho, unanifunulia hapa vizuri zaidi kuliko sehemu nyingine yoyote ile, upendo ambao unao kwa kila mwanadamu, haidhuru yupo vipi.

2.	Ndiyo maana leo, nakutafakari Bwana, kupitia fumbo la msamaria mwema. Umekuja toka mbali, unashuka katika njia ya Yerusalemu kupitia Yeriko, na katika njia hii ya hatari unakutana na mtu aliyeumizwa na kunyang'anywa kila kitu. Unamkaribia, moyo wako unashikwa na huruma, unamtia divai katika vidonda vyake inayomsafisha, na mafuta yanayopoza maumivu yake.

---

[28] **1Yohane 4: 8** Yeye asiyependa, hakumjua Mungu, kwa maana Mungu ni upendo

Unamweka juu ya farasi wako, na kumpeleka katika nyumba ya wageni ambako wanamtibu, unatoa malipo kwa matibabu yake na unaahidi kurudi kumalizia kazi yako. Msamaria mwema huyo ni wewe, Yesu wewe hapa mbele yangu, wewe unayenihurumia mimi, na watu wote waliojeruhiwa, na ambaye upo hapa kutuponya, kutunyanyua na kutufunulia kwa kila namna kwamba unatupenda, na kwamba Mungu anatupenda. Na unamaliza kwa kusema; "Enenda zako, nawe ukafanye vivyo hivyo na utaishi.[29]"

3.   "Palipo upendo na ukarimu, Mungu yupo". Asante Bwana kwa Yesu, kwa kuja kwetu ndani ya Sakramenti hii kama msamaria mwema. Upo karibu nasi kwa kadiri inavyowezekana, na unanihakikishia mimi, na wote waliopo hapa, upendo na huruma. Naam

---

[29] **Luka 10: 25-37** Mfano wa Msamaria mwema. :37 Yesu, akamwambia, "Enenda zako, nawe ukafanye vivyo hivyo"

Yesu, tia katika vidonda vyetu divai ya damu yako na mafuta ya Roho wako Mtakatifu. Nakukabidhi udhaifu wangu wote, makosa yangu yote, udanganyifu wangu wote, uzembe wangu wote. Niponye ee Tabibu Mtakatifu wa nyoyo zetu, wewe uliyekuja si kwa wenye afya njema bali kwa wagonjwa. Wewe uliyenipenda mno, unaniagiza kwahiyo, nami pia nifanye vivyo hivyo kwa wengine kama ulivyonifanyia mimi. Kwa kuwa nataka kukushukuru kwa kuniponya na kuniokoa, na kuninyanyua, nataka nijilazimishe kufanya kwa wengine yale yote ambayo Roho Mtakatifu atanijalia kuyafanya kwao. Lakini nitaweza kama tu wewe, Yesu, utawapa kupitia mimi, kama moyo wangu utafanana na wako. Na jambo hilo litawezekana vipi, kama sit u kwa ushirika wa Ekaristi yako?

4.   Kuanzia sasa, kwahiyo, nakuomba Bwana Yesu, kwa wale ambao nitakutana nao

leo na kesho. Kama nikikutana na mtu anayehangaika, nimsogelee, nijisikie ndani mwangu ile huruma uliyonayo wewe kwake, na nitambue, nikiangaziwa na Roho wako, nifanye tendo la kindugu na nitamke neno linalofaa kumfariji na kumfunulia kwamba ni wewe umpendaye kupitia mimi.

5.   Naam, asante Yesu, kwa kuweka mkono wako juu yangu…"penye upendo na ukarimu, hapo Mungu yupo[30]"na mahali alipo Yesu pana upendo

---

[30] 1Yohane 4

TAFAKARI YA KUMI NA NANE

YESU NA MWANAMKE MDHAMBI

1.   Nikijiweka mbele ya Sakramenti Takatifu, kwa macho yangu naona tu kipande nyenyekevu cha mkate. Lakini kwa mwangaza wa imani yangu, iliyoangaziwa na Roho Mtakatifu, nakutambua Bwana Yesu, Mungu kweli na mtu kweli, Yule anayenipenda na aliyejitoa kwaajili yangu, na kwaajili ya kanisa lote, na nakuabudu.

2.   Jana, nilikuwa kama yule mtu aliyeachwa ambaye ulimkaribia kwa upendo wa huruma. Leo, nakusogelea kwa ujasiri na imani, kama huyu mdhambi aliyepenya kati ya wageni wa Simoni mfarisayo, na aliyemwaga machozi ya upendo kwenye miguu yako. Ulikubali ishara yake ya upendo, busu na machozi yake kwenye miguu yako, na ulimsamehe dhambi zake. Na ndiyo maana alikupenda mno. Ila hali kwa yule ambaye unamsamehe kidogo, huonyesha upendo

kidogo tu pia. Kama Simoni alishangazwa na kile wewe Yesu ulichofanya, ulimtetea, na ulimwambia yule mwanamke; "Imani yako imekuokoa, enenda zako kwa amani[31]"

3.   Ruhusu Bwana Yesu, kwa zamu yangu nikusogelee kwa hii imani na kwa huu ujasiri. Mara nyingni, umenisamehe, nina sababu nyingi sana za kukupenda na kukuonyesha upendo mkubwa. Nakuja kwako, natambua kuwa mimi ni dhaifu na natokea mbali, na nabubujisha machozi kwenye miguu yako; machozi ya toba lakini pia ya furaha. Ni kwa ukweli halisia wa moyo wangu ndiyo nakupenda, naam, wewe mpendwa wa roho yangu. Mtakatifu Teresia wa mtoto Yesu alitambua kuwa hakuwa kamwe ametenda dhambi ya mauti, na alifahamu kuwa hiyo iliwezekana kwa sababu ya upendo wako

---

[31] Luka 7:50 Akamwambia yule mwanamke, "Iimani yako imekuokoa, enenda zako kwa amani"

unaojali; ulimpenda mno kiasi kwamba ulimtayarishia neema yako ambayo kwayo hakuweza kutenda dhambi ya mauti. Alikushukuru kwahiyo kwa kumsamehe zaidi kuliko wengine, kwa kuwa ulimsaidia asitende dhambi za mauti. Pengine, walau kwa sehemu yangu moja, naweza kusema kitu kilekile kama yeye; umenipenda mno, umenisamehe mno kwa kuwa umenisaidia kutotenda dhambi ambazo, bila neema yako, ningezitenda. Kwahiyo, kama Teresia, nina haki na wajibu wa kukupenda sana, na kukupenda kila siku zaidi na zaidi, na vizuri zaidi

4. Nakushukuru Bwana, kwa Roho zote zinazotubu na zinazokupenda kwa upendo mkubwa. Pokea machozi yao, matendo yao yote ya upendo yanayokuelekea wewe. Wavute chini ya Tabenakulo na waje mara nyingi mbele yako na wafunue mioyo yao kwako.

5.	Asante Bwana, kwa kutupenda mno na kwa kupokea upendo wetu dhaifu. "Bwana, wewe wajua yote; wewe umetambua ya kuwa nakupenda[32]"

---

[32] Yohane 21:17 "… Bwana, wewe wajua yote; wewe umetambua ya kuwa nakupenda." Yesu akamwambia, "Lisha kondoo wangu."

TAFAKARI YA KUMI NA TISA

YESU NA ZAKAYO MTOZA USHURU

1.   Kama Ibrahimu alivyokuwa ameketi karibu na mialoni ya Mamre na ambapo aliona wakija kwake wageni watatu wa ajabu, ambapo kupitia wao Mungu alikuwa akimtokea[33]. Nipo mbele yako Bwana Yesu, nasubiri upite, lakini mara hii ndani ya ishara ya mkate. Niangazie kwa Roho wako Mtakatifu…

2.   Leo, kama Zakayo, nimepanda juu ya "mti" kwa kuwa napenda kukuona. Nimejitenga na kazi zangu za kawaida na nakusubiri. Na tazama; unanitazama kwa ile namna yako ya kuangalia, na unaniambia; "leo ni kwako ndiyo nataka kukaa[34]" Katika kitabu

---

[33] **Mwanzo 18:1** Bwana akamtokea Ibrahimu karibu na mialoni ya Mamre, alipokuwa ameketi wakati mlangoni pa hema yake mchana wakati wa hari

[34] **Luka 19: 1-10** Zakayo. Wokovu kwa tajiri huyo. Luka 19:5 Na Yesu, alipofika mahali pale, alitazama juu, akamwambia, "Zakayo, shuka upesi, kwa kuwa leo imenipasa kushinda nyumbani mwako"

cha Ufunuo, imeandikwa; "unasimama mlangoni na kubisha hodi, kama nikifungua mlango huu utaingia na utakuja kukaa mezani pamoja nami"[35] kama ulivyoshiriki chakula pamoja na Zakayo. Kanisa hili kama nyumba ya Zakayo, ni nyumba yako pia, ambamo unakaa mchana na usiku. Unakaa humu si tu na malaika na watakatifu wote, lakini pia pamoja na wadhambi ambao umekuja kuwaokoa. Unaongea na moyo wangu kunielewesha kile ambacho bado si chema mbele ya macho yako. Na unaniahidi furaha ambayo si ya dunia hii kama nitaamua kubadili maisha yangu.

3. Kisha kukusikiliza Bwana, Zakayo alisimama… alitambua nini alitakiwa kufanya. Kuanzia sasa hatokuwa mwizi tena. Anakwenda kurekebisha maovu yote

---

aliyofanya, na kuwapa masikini sehemu kubwa ya mali zake[36]. Bwana, kila mara ninapokuja mbele yako, kama sasa mwangaza huniangazia moyo wangu. Naona ndani mwangu ama tatizo hili ama lile ambalo natakiwa kulisahihisha ama kupigana nalo "dhambi" hii ama ile ambayo natakiwa kuitubu na kujirekebisha. Kwahiyo, kwa imani, na kwa msaada wa Roho wako Mtakatifu, naweza kukamilisha uongofu, ambao mara nyingi ni mgumu, lakini wa lazima. Kila mara ninapokuwa na ushujaa wa kufanya hivyo, unanipatia furaha ya ndani kabisa na ninakuwa kiumbe kipya kama Zakayo baada ya uongofu wake, yeye ambaye unamwita mwana halisi wa Ibrahimu. Ukombozi ulikuwa umeingia ndani ya nyumba yake; ukombozi

---

[36] **Luka 19:8** Zakayo akasimama, akamwambia Bwana, "Tazama, Bwana, nusu ya mali yangu nawapa maskini, na ikiwa nimenyang'anya mtu kitu kwa hila namrudishia mara nne"

huo unaingia pia ndani ya nyumba yangu, nyumba ya moyo wangu.

4.	Sala yangu leo, naifanya kwa umakini zaidi kwa kina Zakayo wote duniani. Wale wote wanaojitambua kama wadhambi, na wanataka kukuona wewe ee Yesu, lakini hawajui wapi pa kukupata. Wapatie marafiki ambao watawaonyesha "mti" amabao wataupanda ili wakuone. Na je, sehemu hiyo si vyema zaidi mbele ya Sakramenti Takatifu kuliko popote pale? Iguse mioyo yao kwa Roho wako, ili kwamba waweze kukugeukia wewe, wakutane na mtazamo wako na kubadilisha maisha yao…

5.	Naam, asante Yesu, kwa kuweka mkono wako juu yangu na kwa kuja kukaa mwangu. Usipaache kamwe…

TAFAKARI YA ISHIRINI

YESU KULE BETHANIA

1.   Bwana Yesu, mwana wa Mungu aliye hai, Neno wa Milele uliyeangaziwa na Roho wako, nakuabudu. Napiga magoti mbele yako nasujudu ndani ya Sakramenti ya upendo wako. Upo pamoja nasi mpaka mwisho wa nyakati na ni ndani ya mkate ulio mwili wako ambao upo hapa, unapatikana vyema zaidi kuliko mahali pengine.

2.   Mtakatifu Luka, anatusimulia kwamba kulikuwa na familia moja ambayo ulipenda kuitembelea na kujipumzisha kwao; ile ya Martha, Maria na kaka yao Lazaro. Siku moja ulipoingia ndani ya nyumba Maria aliketi miguuni pako na alikusikiliza. Kama yeye, mimi pia nimeketi mbele yako Bwana, ili niwe karibu nawe, kwa kuwa kwako kunapatikana hazina ya busara na uelewa. Martha hakuelewa vyema kwanini dada yake alibaki pamoja nawe, na hakwenda kumsaidia

kutayarisha chakula ambacho kilikuwa mahususi kwaajili yako, kwakuwa yeye pia alikupenda pia kwa moyo wake wote. Ulimwelewesha kuwa jambo moja tu ndilo lilikuwa muhimu zaidi. Unashukuru, ni wazi, huduma zetu, nia yetu ya kukupatia mambo bora kabisa ambayo twaweza kukupatia si "vitu" lakini ni mioyo yetu, malengo yetu kwako, muda wetu, uwepo wetu katika uwepo wako ndiyo muhimu zaidi kwako…

3. Nasikia maneno yako mazuri "Maria amechagua fungu jema zaidi ambalo halitaondolewa kwake[37]" Muda ambao nakuja kila siku kukaa mbele yako, kwaajili tu ya kukutafakari na kukusikiliza, ni baada ya adhimisho la liturjia ya Ekarisiti na ushiriki wangu wa kisakramenti "fungu lililo bora zaidi" la siku yangu. Ni wazi kabla na kisha muda

---

[37] Luka 10: 38-42 Kwao Martha na Maria. Luka10:42 "…Lakini kinatakiwa kitu kimoja tu; na Mariamu amelichagua fungu lililo jema, ambalo hataondolewa."

huu, natakiwa pia kukutana na majirani na kuwashirikisha upendo wangu kwa matendo yangu ya huduma na zawadi za "vitu" Lakini fungu bora kabisa litabakia siku zote kuwa lile ambapo, bila ya kusema kingine, nakupatia moyo wangu na usikivu wangu. Haupendi mtu yoyote aniondolee muda huu azizi, na zaidi hupendi kuona mimi mwenyewe nikijinyima muda huu…

4.	Kina Maria wa Bethania wapo wengi hapa duniani, lakini wamefichwa, ila tu kwa macho yako. Mara nyingi, kina Martha, karibu nawe, wanashindwa kuwaelewa na huwahukumu kina Maria kama wavivu na wasio na faida. Bwana wamulike kina Martha ambao ni wenye wasiwasi zaidi kuliko kuwa makini, na wafanye waelewe neema asilia ya kina Maria. Waimarishe hawa ili kwamba wawe waaminifu katika utume wao wa tafakari, wa sala na maombi, ambao ni muhimu kwa kanisa.

5.   Asante Bwana Yesu, kwa kuniwezesha, mimi hivi leo kuwa kama Maria wa Bethania, kuwa hapa mbele yako kwa kukusikiliza na kukupenda…

TAFAKARI YA ISHIRINI NA MOJA

YESU ANALIA MACHOZI

1.   Bwana wa mabwana , mfalme wa wafalme, Mtakatifu na mwenye heri Yesu Kristu, nakuabudu, wewe unayetawala pamoja na Baba na Roho Mtakatifu katika utukufu wa mbingu, lakini vilevile ndani ya alama nyenyekevu ya mkate uliotolewa kwa utukufu wa Mungu na wokovu kwa utukufu wa Mungu na wokovu wa watu wote.

2.   Leo nakumbuka aya mbili za Injili, ambako kumeandikwa kuwa Bwana ulilia. Mara moja katika kifo cha rafiki yako Lazaro. Ni aya fupi kuliko zote kwenye Agano Jipya: "Yesu akalia machozi[38]", na aya hii ni moja kati ya aya zinazogusa mno. Ni kwa namna hiyo ndiyo ulikuwa ukionyesha urafiki wako wa ndani hasa kwa mtu huyu ambaye hatukumjua kwa undani ama hatukujua chochote juu yake,

---

[38] **Yohane 11: 35** Yesu akalia machozi.

isipokuwa tu kwamba alikuwa rafiki yako.
Mara nyingine ulilia pale ulipoukaribia mji wa
Yerusalemu[39]. Katika mji huo ilikuwa litokee
jambo lenye kutisha kuliko yote katika historia
ya dunia; mauaji ya mwana wa milele wa
Mungu katika hali yake ya kibinadamu.

Katika Sakramenti ya Ekaristi, ambayo
naitafakari hapa, upo hapa mbele yangu na
ninaweza kufikiria kwamba, kwa namna fulani,
hata ndani ya heri yako, ile ya maisha yako
matukufu, bado unalia; unalia ama kwa
sababu ya misiba yote inayowatia uchungu
wanadamu wote, wanawake na wanaume,
ama kwa sababu ya kukanwa na kukataliwa
kwingi na majaribio kadhaa ya "kumuua"
Mungu ambayo yanawazuia wanadamu

---

[39] **Yohane 19:41-44** Yesu anatabiri adhabu ya Yerusalemu.
Yohane 19:41-42 Alipokaribia karibu aliuona mji, akaulilia,
akisema, "Laiti ungalijua, hata wewe, katika siku hii,
yapasayo amani! Lakini sasa yamefichwa machoni pako...."

kuupokea ukombozi ambao Mungu pekee anaweza kuwapatia wanadamu.

3.   Bwana Yesu, siku moja uliwaambia wanawake watakatifu kule Yerusalemu, ambao walikuwa wakikulilia, "wajililie wao wenyewe na watoto wao[40]"Ulitangaza pia "heri wale, kama wewe, wanaolia/wenye huzuni kwa kuwa watafarijiwa[41]". Nakushukuru Bwana kwa machozi yako matakatifu, na ningependa kuupokea ujumbe wako. Machozi hayo; yananialika kuupokea uzito wa dhambi zote, yananifunulia pia ukubwa wa upendo ambao unauonyesha kwa watu wote wanaosongwa na mahangaiko na matatizo ya hapa duniani na vifo vya wapendwa wao. Ulimfariji mjane wa Naim ambaye alikuwa

---

[40] Maneno haya tunakutana nayo kwenye "Chuo kidogo cha Sala na Nyimbo" katika njia ya Msalaba kituo cha Nane. Yanatoka **Luka 23:28** Yesu akawageukia, akasema, "Enyi binti za Yerusalemu, msinililie mimi, bali jililieni nafsi zenu na watoto wenu…"
[41] **Mathayo 5:4** Heri wenye huzuni, maana hao watafarijika.

akilia kwa kifo cha mwana wake wa pekee. Nifundishe Bwana kulia pamoja nawe na kuwafariji kama wewe, wale wote walio katika machungu.

4.   Leo, ni wazi kuwa sala yangu naitolea kwa wale wote wanaolia kwa kupoteza mtoto, mzazi, rafiki… lakini pia kwa wale wanaolia kwa sababu wanagundua kuwa kuna watu wanakataa kupokea kile ambacho kingeweza kuwapatia amani ya Mungu. Mwisho, natolea kwa wale wote wanaolia kwaajili ya dhambi zao wenyewe, na wanajuta, nami ni mmoja wao pia. Bwana tupatie wote machozi matakatifu ya kutubu, na pia yenye furaha ya kutambua ukaribu wako kwetu, wewe uliyefurika huruma na upendo, na haswa hapa mbele ya Sakramenti yako Takatifu.

5.   Naam, asante Yesu, kwa machozi yako, asante kwa kupokea machozi yangu na

kwa kuyafuta kwa msamaha wako na kwa
upole wa Roho wako mfariji.

TAFAKARI YA ISHIRINI NA MBILI

YESU AWAOSHA MIGUU WANAFUNZI WAKE

1.	Pamoja na wale kumi na wawili, naingia katika karamu ya mwisho na nakuabudu Bwana Yesu, wewe ambaye nakufahamu na nakutaja kama wao, Bwana wangu na nahodha wangu, wewe unayekuja kutoka kwa Baba na unarudi kwa Baba. Nasujudu mbele yako, na nikiwa nimeangaziwa na Roho nakuabudu kwa heshima kubwa.

2.	Kabla ya kuadhimisha Pasaka pamoja na wanafunzi wako na kuwapatia mkate wa mwili wako na divai ya damu yako, ulipenda kuwaonyesha ishara isiyotarajiwa na inayoshangaza; moja ya matendo yenye maana sana ya maisha yako yote. Yote katika ukamilifu wake yametolewa kwa Baba, umejitoa kwa ukamilifu wote kwa wanadamu. Uzuri, usafi na ukamilifu wa upendo ni kujishusha, anasema hivyo mtakatifu Teresia wa Mtoto Yesu. Wafuasi wako wakiwa wameketi, unanyanyuka, unachukua taulo unalifunga kiunoni, na unajishusha, unaosha miguu ya kila mmoja wao. Unajifanya mtumishi, unaonyesha hivyo katika mfano huu nyenyekevu. Wewe Bwana, unafanya shughuli ya mtumwa, unaifanya kuwasafisha mitume wako. Unajifunua kwao kama katika Ekaristi ambayo unawapatia, unajifanya kwa upendo, chakula na mtumishi. Huduma yako ni ile ya unyenyekevu, kama katika yote uliyofanya. Upendo halisi ni nyenyekevu. Unyenyekevu wa kweli ni huduma kwa upendo.

3.   Nimekaa mbele yako katika uwepo wa Ekaristi hii, nakuabudu ee Yesu, wewe uliyejishusha mno na kuwa unataka ubakie kati yetu katika unyenyekevu wa kipande hiki kidogo cha mkate. Katika Ekaristi wewe ni Bwana na mtumishi, unajitoa kikamilifu kwa wanadamu. "Kupenda ni kutoa yote na ni

kujitoa mwenyewe", alisema Teresia wa Mtoto Yesu. Kama nikikataa usioshe miguu yangu, kama Petro alivyofanya mwanzoni kabla ya maelezo yako, yaani kutokuruhusu kuusafisha moyo wangu na kuuwezesha kuingia ndani ya ufalme wa Mungu, basi sitokuwa na shirika pamoja nawe kama jinsi ulivyomweleza Petro. Asante Bwana kwa kunipenda hivyo na kwa kujishusha. Unanifundisha na kunialika kufuata mfano wako, na kufanya kama wewe; kuwa mtumishi wa wengine. Kila mara ninapopokea mwili wako uliotolewa kwaajili yetu, nifundishe nifanane nawe zaidi, na niwahudumie ndugu zangu kwa unyenyekevu na upendo.

4. Nathubutu kukuomba hivi leo kwaajili ya mapadre ambao huadhimisha Ekaristi. Wakamilishe utume wao kwa moyo wa unyenyekevu na upendo; "mtumishi si mkuu kuliko Bwana wake." Mapadre ambao ni

watumishi wako ni watumishi wa waamini pia. Wajalie kuwatumikia wanadamu kwa namna ulivyojitambulisha; "ulikuja si kutumikiwa ila kutumikia[42]"

5.   Asante Bwana Yesu, kamwe hatujawahi kuona mambo sawa na haya: huyu Yesu ni mfalme mkubwa anayewapenda na kuwajali masikini.

---

[42] **Mathayo 20:28** "…Kama vile, Mwana wa Adamu asivyokuja kutumikiwa, bali kutumikia, na kutoa nafsi yake iwe fidia ya wengi." **Marko 10:45** Kwa maana Mwana wa Adamu naye hakujua kutumikiwa, bali kutumikia, na kutoa nafsi yake iwe fidia ya wengi."

TAFAKARI YA ISHIRINI NA TATU

YESU KATIKA MATESO

1. Bwana Yesu, ulituambia tukeshe na tusali pamoja nawe. Kwahiyo nakuja mbele ya Sakramenti yako ile ambayo kwayo upo kabisa. Umetolewa kwa Mungu kwaajili ya ukombozi wa dunia. Nasujudu mbele yako kama ulivyosujudu mbele ya Baba yako katika bustani ya Mizeituni, na ulipoongozwa na Roho Mtakatifu, nakuabudu.

2. Leo nakusindikiza Gethsemani. Ulienda huko mara baada ya kutoka kwenye karamu ya mwisho pamoja nawe uliwachukua wanafunzi watatu uliowapenda zaidi. Ulitengana nao kidogo. Kulingana na Luka ulipiga magoti, kulingana na maelezo ya Marko ulisujudu, kama mhanga wa huzuni na machungu katika woga na wasiwasi. Uliingia katika mateso, katika vita ya ndani na ya uchungu, karibu na kifo. Ulihisi uzito wa dhambi zote za dunia yote zikikuangukia.

Ulihisi kuwa zilikuwa zikikuponda, lakini ulinyanyua roho yako kumuelekea Mungu kwa kusali; "Abba, Baba mpendwa kila kitu kwako kinawezekana … niepushe na kikombe hiki cha mateso… lakini si kwa mapenzi yangu ya kibinadamu , ambayo yana hofu ya kifo, bali lifanyike lile tu ambalo ni mapenzi yako ya upendo na wokovu kwa watu wote"

3.   Sala hii Bwana Yesu, unaisali tena ndani mwangu pale ninapoenda kushiriki/ kukomunika Sakramenti yako ama pale ninapoitafakari. Mateso na kifo vinatisha na, kama wewe vinanitisha pia. Lakini jambo lililo muhimu, ni utimilifu wa mapenzi ya Baba. Mapenzi ya Baba si kwamba tuhangaike, mateso yanatokana na wanadamu na dunia, na si kutoka kwa Mungu. Lakini Baba yetu anataka kwamba katika mateso, tuweze kupenda. Kwamba tutambue kama wewe, tupende ukombozi wa wanadamu na tukubali

kuumia kwa mateso yatokayo kwa wanadamu, lakini tuweze kunyanyuliwa nawe. Kwahiyo kama Gethsemani, malaika anakuja kututuliza na tunaweza kuwapokea kwa moyo na utulivu, kama wewe Yesu, wale wote watakaokuja kutupeleka kwenye kifo. Asante Bwana, kwa kutufundisha namna ya kusali pale mateso yanapotukaribia na hata pale mustakabali wa maisha yetu unapotutishia. Ama pale uchungu unapovamia roho zetu katika mateso ya kikomo, neno la kwanza lililobubujika toka moyoni mwako ni "Abba, Baba mpendwa sana" naomba liwe pia neno la kwanza kutoka moyoni mwangu katika hali zote za uchungu ama misiba.

4.   Napenda kukuomba hapa, kwa kina Petro na kina Yakobo wote na kina Yohani wote, ambao wanalala pale wanapotakiwa kusali, na kina Yuda wote ambao wanakuja kwa busu, kukusaliti na kukuuza. Wahurumie

na wasamehe, kama na mimi nafanana nao mara nyingine, badili moyo wangu Bwana…

5.   Asante Yesu, wewe unayeondoa dhambi za dunia na zangu na unayekuja kuziondoa.

TAFAKARI YA ISHIRINI NA NNE

YESU MSALABANI

1.   "Mkumbuke Yesu Kristu[43]" ananiambia Paulo. Nasujudu mbele ya msalaba wako mtakatifu, Bwana. Mkate ulio mbele yangu ni mwili wako uliotolewa kwa wote, ni damu yako iliyomwagika kwa maondoleo ya dhambi, ni mwili huu uliopigwa mijeledi, na ambao ulisulubiwa. Oh mfalme wangu, nakuabudu, na nakupenda, upo hapa ndani ya Sakramenti yako.

2.   "Kila mara mnapokula mkate huu mnatangaza kifo cha Bwana[44]" aliandika Paulo kwa Wakorintho. Kifo chako Bwana, kwa upande mmoja ni ukatili wa kutisha wa wanadamu waliokusaliti na kukuua. Lakini kifo chako Bwana, ni hasa kile ulichofanya pale

---

[43] **2Timotheo 2:8** Mkumbuke Yesu Kristo, aliyefufuka katika wafu, wa uzao wa Daudi kama inenavyo Injili yangu.

[44] **1Wakorintho 11:26** Maana kila mwulapo mkate huu na kukinywea kikombe hiki, mwaitangaza mauti ya Bwana hata ajapo

walipokuwa wakikuua, maneno ambayo uliyasema hapo na ambayo yalielezea mawazo na nia za moyo wako ambao punde ulitobolewa kwa mkuki. Kwahiyo, nakumbuka maneno yako saba ya mwisho:

1) "Mungu wangu, mungu wangu, mbona umeniacha?[45]"

2) "Naona kiu[46]"

3) "Baba, uwasamehe, kwa maana hawajui watendalo[47]"

4) "Amin, nakuambia, leo hivi utakuwa pamoja nami peponi.[48]"

5) "Mama, tazama mwanao, Mwana

---

[45] **Mathayao 27: 46** na **Marko 15:34** Na kama saa tisa, Yesu akapaza sauti yake kwa nguvu akisema, Eloi, Eloi, lama sabakthani?" yaani, Mungu wangu, Mungu wangu, mbona umeniacha

[46] **Yohane 19: 28** Baada ya hayo Yesu, hali akijua ya kuwa yote yamekwisha kumalizika ili andiko litimizwe, akasema, "Naona kiu"

[47] **Luka 23: 34** Yesu akasema,"Baba, uwasamehe, kwa maana hawajui watendalo"

[48] **Luka 23: 43** Yesu akamwambia, "Amin, nakuambia, leo hivi utakuwa pamoja nami peponi."

tazama mama yako[49]"

6) ""Ee Baba, mikononi mwako naiweka
roho yangu.[50]"

7) "Imekwisha[51]"

3.   Bwana naacha yasikike ndani ya moyo
wangu maneno haya mazuri mno. Kwayo,
nagundua hisia ya upendo wako usio na
mwisho kwa wanadamu na upendo wako wa
"mwana kwa wazazi" kwa Baba yako.
Unyenyekevu, upole, rehema, huruma,
ukarimu, sadaka binafsi ya kuteketezwa, utiifu
kamilifu, yote hayo na mengine mengi ambayo
siwezi kuyasema, yanaujaza moyo wako wa
kibinadamu kweli na wa KiMungu

---

[49] **Yohane 19: 26-27** Basi Yesu alipomwona mama yake, na
yule mwanafunzi aliyempenda amesimama karibu,
alimwambia mama yake, "Mama tazama mwanao." Kisha
akamwambia yule mwanafunzi, "Tazama mama yako." Na
tangu saa ile mwanafunzi Yule akamchukua nyumbani kwake
[50] **Luka 23:46** Yesu akalia kwa sauti kuu, akasema, "Ee
Baba, mikononi mwako naiweka roho yangu."
[51] **Yohane 19: 30** Basi Yesu alipokwisha kuipokea ile siki,
alisema, "Imekwisha." Akainama kicha, akaisalimu roho
yake.

kweli…Natafakari maji na damu ambavyo vyabubujika toka katika moyo huo, nakuwa kimya na nakuabudu. Najiambia, kama Paulo; "Amenipenda na kujitoa kwaajili yangu," lakini pia kwaajili ya kanisa, na kwaajili ya watu wote. Na ninajiuliza, kwa kukushukuru na kwa kukupatia upendo kwa upendo; nifanye nini, ninatakiwa kufanya nini, na nitafanya nini kwahiyo…? Kila siku nafanya mara kadhaa ishara ya msalaba juu ya kifua changu, pengine navaa msalaba, lakini hilo bila shaka halitoshi. Kujishirikisha kwa msulubiwa, kusali, kujitoa na kutenda kama wewe, Bwana, kwamba kuanzia sasa natakiwa kutenda vyema zaidi kuliko hapo awali na kila siku…

4.   Mbele ya Sakramenti hii ya mateso yako, na ya upendo wako ulisulubiwa, nakuomba, Bwana kwa wanadamu wote ambao kwaajili yao uliyatoa maisha yako. Kwa dunia hii ambayo umeikomboa kwa msalaba

wako mtakatifu. Kwa wale wote ambao bado hawajang'amua ndani ya msalaba wako ufunuo wa upendo wa Mungu kuwaelekea wao.

5.   Naam, asante Yesu, kwa kuniita nikutafakari kwa wakati mmoja ndani ya mkate uliobadilika kuwa mwili wako, na katika msalaba ambapo umeleta maisha yako kwaajili ya ukombozi wetu…

TAFAKARI YA ISHIRINI NA TANO

YESU ALIPOSHUKA KUZIMU

1. Mimi hapa mbele yako, Bwana, kama kipofu. Naona kwa macho yangu kipande kidogo cha mkate, lakini imani yangu, ikiwa imeangaziwa na Roho Mtakatifu, inanihakikishia kwamba mkate huu umekuwa mwili wako, kwahiyo ni wewe mwnyewe katika nafsi, Mungu kweli na mtu kweli.

2. Leo Bwana, nakusindikiza kuzimu, kwa kuwa wewe ni Bwana wa walio hai na wafu. Mwili wako uliposulubiwa, baada ya kifo chako, uliwekwa kaburini, roho yako ilikwenda kuwatembelea wafu wote waliokuwa wakiishi kwa neema ya Mungu, lakini hawakuweza kuingia katika utukufu wa mbinguni kabla yako wewe, wa kwanza uende kuufungua mlango na kuingia kukishinda kifo. Sasa kwa kuwa Roho yako imeungana na mwili wako, naweza kuiabudu Roho yako hai ndani ya Sakramenti

hii, Roho hii ambayo ilikwenda kuwatangazia wafu Habari Njema ya ukombozi wao, na ambayo ndiyo iliwapeleka ndani ya nuru timilifu ambapo wanaweza kuuona uso wa Mungu. Unanifunulia kwa namna hiyo upendo wako okovu kwa mamilioni ya wanadamu waliokufa bila ya kukufahamu, lakini ambao katika ukweli wao, walikuwa wakitafuta kufanya mapenzi ya Mungu

3.   Kwa upendo huu wa kijumla kwa wanadamu wote ambao Mungu peke yake anawatambua, ni nama gani naweza kuurejesha? Kwanza ni kwa masifu, lakini pia kwa tumaini. Tumaini ambalo linahusu makundi ya wafu wa nchi hii ya Afrika ambamo unanifanya niishi, lakini pia kwa watu wa dunia ambamo kwa karne kadhaa, na hadi leo, hawakuweza kusikia kutangazwa kwa Injili. Kwaajili yao pia, ulitoa maisha yako. Wao pia unawatafuta popote pale wanapoiaga

dunia hii. Roho wako Mtakatifu aliamsha ndani ya mioyo ya wengi wao mapenzi ya kweli, kufanya mema ambayo dhamiri zao zilitambulisha mema hayo kwao, na kuyatupilia mbali mabaya ambayo dhamiri zao ziliyalaani. Kwa hao wote, unatoa pia neema ya Ukombozi wa milele katika Ufalme wa Baba yako.

4.   Nikiwa nimepiga magoti hapa mbele ya enzi ya neema, mbele yako ndani ya Sakramenti yako ya Upendo, naungana na mapenzi yako ya ukombozi kwa ulimwengu wote na vyote vilivyomo, na nakuomba kwa marehemu wote walio toharani, kuelekea katika mwangaza mkamilifu. Wapokee wote Bwana, katika Moyo wako wa Kimungu, na wazamishe ndani ya Moyo wa milele wa Mungu, wamesafishwa dhambi zao zote kwa damu yako.

5.   Naam, asante Yesu, mkombozi wa wote, kwa kuukuza moyo wangu katika vipimo visivyo na mipaka vya upendo wako usio na mwisho…

TAFAKARI YA ISHIRINI NA SITA

YESU MFUFUKA YULE ALIYE HAI

1. Kwa furaha kubwa nasujudu mbele yako Bwana Yesu, Upo ndani ya Sakramenti ya mwili wako Mtukufu ambao imani yangu inaitambua ndani ya alama nyenyekevu ya mkate. Nafungua moyo wangu kwa mwangaza wa Roho wako, na nakuabudu, Mungu wa maisha yote na wa furaha zote. Pamoja na malaika wote na watakatifu wote nakutukuza.

2. Leo, kama Maria Magdalena na wanawake wengine watakatifu, nasikia malaika wakiniambia; "usimtafute kati ya wafu yeye aliye hai[52]" kwa kuwa amefufuka, ni mshindi wa kifo. Ekaristi ni Sakramenti ya Pasaka mpya kwa mara moja, Bwana kutoka katika kifo chako na ushindi wako dhidi ya kifo,

---

[52] **Luka 24:5** nao walipoingiwa na hofu na kuinama kifudifudi hata nchi, hao waliwaambia, "Kwa nini mnamtafuta aliye hai katika wafu?..."

na ya ufufuko wako. Kupokea Ekaristi, ni kupokea maisha, chakula cha maisha ya milele, mbegu ya ufufuko ujao. Kuabudu Ekaristi ni kuungama imani ya Tomaso; "Bwana wangu na Mungu wangu![53]". Kiroho; mimi nipo tayari kuingia ndani ya ufalme wa milele ambamo malaika wote na watakatifu wanakuabudu, wewe mfalme wa wafalme na Bwana wa mabwana, Yesu uliye mzima daima.

3.   Ni namna gani naweza kukushukuru Bwana Yesu, wewe uliye ufufuko na maisha, kwa kuendeleza uwepo wako kati yetu ndani ya Sakramenti yako Takatifu. Unajua kwamba dunia yetu imechanwa kwa mahangaiko ya wasio na hatia, vita visivyoisha, ukatili wa wanadamu, "utamaduni wa kifo" unajipenyeza ndani ya dunia yetu ya leo. Watu wengi

---

[53] **Yohane 20:28** Tomaso akajibu, akamwambia, "Bwana wangu na Mungu wangu!"

wanadharau maisha ya wengine, na hata maisha yao wenyewe pia, na wanapanda mbegu za kifo karibu nao. Lakini wewe uliye hai, unabakia kati yetu, hauachi kutangaza kuwa maisha yana nguvu zaidi kuliko kifo, upendo una nguvu zaidi kuliko chuki, ukweli una nguvu zaidi kuliko uongo. Pamoja na Simoni Petro, nakuambia tena: "tutaenda kwa nani Bwana, kwani wewe una maneno ya uzima wa milele[54]" na hauachi kutuambia tena kupitia Sakramenti hii; "amani iwe nanyi[55]"kisha "muwe na imani, nimeushinda ulimwengu." Na mwisho "Nipo pamoja nanyi siku zote, hata ukamilifu wa dahari[56]"

---

[54] **Yohane 6:68** Basi Simoni Petro akamjibu, "Bwana! Twende kwa nani? Wewe unayo maneno ya uzima wa milele"

[55] **Yohane 16:33** "…Hayo nimewaambien mpate kuwa na amani ndani yangu. Ulimwenguni mnayo dhiki; lakini jipeni moyo, mimi nimeushinda ulimwengu"

[56] **Mathayo 28:20** "…na kuwafundisha kuyashika yote niliyowaamuru ninyi. Na tazama, mimi nipo pamoja nayi siku zote, hata ukamilifu wa dahari.

4.   Leo,   nakuomba   Bwana   kwa wakatekumeni wote, ili kwamba waweke mioyo yao yote kwako, katika imani thabiti. Wapatie sehemu ya ushindi wako dhidi ya dhambi na kifo, wafufue kwa neema ya ubatizo ya maisha ya milele.

5.   Tunatangaza kifo chako, Bwana Yesu, tunasheherekea ufufuko wako, tunasubiri ujio wako katika utukufu" Amina, Aleluia

TAFAKARI YA ISHIRINI NA SABA

YESU NJIANI KUELEKEA EMMAUS

1.   Bwana Yesu, mimi hapa mbele yako; bila kukuona, nakuamini na nakupenda. Kwa Roho wako mtakatifu, fungua moyo wangu, ili kwa ishara ya mkate uliofnuliwa hapa mbele yangu, niweze kuutambua uwepo wako uliofichika.

2.   Leo wakati nimefanya uamuzi kuja hapa mbele yako, nang'amua kuwa ni wewe haswa ndiye umekuja hapa kuungana nami hapa nilipo. Unaelewa mara nyingi kuwa kishawishi cha kukata tama, na cha uchungu mbaya unatuwinda sote. Unaelewa kwamba hunitokea kujitenga na Yerusalemu, kutoka katika jumuiya ya ndugu zangu ili nirudi katika maisha yangu ya zamani ya kidunia. Unaelewa kwamba mara nyingine macho hufunikwa na giza na kwamba natembea kama vile haukuwa karibu nami. lakini kwa hakika upo pembeni mwangu, na kwa kila

mkristu, umshiriki usiyeonekana katika njia na maisha ya kila siku. Ekaristi ambayo naitafakari hapa mbele yangu sasa, inanikumbusha uwepo wako endelevu, lakini fichika, karibu na kila mmoja wetu. Kwa ukimya, unatuongelesha, taratibu unaondoa giza ndani ya nyonyo zetu, kisha katika kuumega mkate, unajitambulisha, wafanya hivyo kwa muda mfupi tu kuimarisha, na hakika jambo hilo, laimarisha vilivyo imani yetu.

3. Kama wafuasi wa Emmaus, nakuambia, tunakuambia: "Baki nasi Bwana kwa kuwa giza linaingia[57]" na tunatambua kwamba nyoyo zetu zinawaka upendo wakati tukiwa njiani, unatufudisha na kututafsiria maandiko na unatushirikisha mkate wa uwepo wako. Tunakutukuza na tunakushukuru kwa

---

[57] Luka 24: 29 Wakamshawishi wakisema, "Kaa pamoja nasi, kwa kuwa kumekuchwa, na mchana unakwisha." Akaingia ndani kukaa nao.

kuwa Emmaus ni hapa. Si mara moja tu kama mapito, lakini kila siku hauishi kutukumbusha kwamba inatakiwa kupitia katika mateso ili kuingia katika utukufu. Unaituliza imani yetu kwani habari mbaya za dunia hii zaweza kuitikisa. Unatualika kwahiyo kurudi karibu na ndugu zetu, kuwashirikisha furaha ambayo unatujalia kila mara tukutambuapo njiani. Ubarikiwe Bwana.

4.	Sala yangu leo ni kwa wote waliokata tamaa. Wale ambao maanguko na balaa zatia giza mtazamo wa ndani, na zinawazamisha katika machungu mabaya. Ungana nao Bwana njiani, wafungue macho ya mioyo yao, na watambue kuwa upo karibu nao na unawasindikiza.

5.	Naam, Asante Yesu kwa kunifunulia uwepo wako kila siku njiani.

TAFAKARI YA ISHIRINI NA NANE

YESU KANDO YA ZIWA

1.   Upo siku zote karibu nasi Bwana, lakini kuna nyakati ambapo unatutokea kwa uwazi zaidi. Kwa wakati huu nipo mbele yako ndani ya Sakramenti, naamini kwamba unataka kujifunua kwangu kwa mwanga wa Roho wako. Nakuamini, na nakuabudu.

2.   Kwa mara nyingine unatusubiri hapa ndani ya Sakramenti ya uwepo wapo fichika. Kila siku tunakwenda kazini, na mara nyingine tunagundua kwamba kazi hiyo haitoi matunda, inaonekana kama haina maana na ni tasa. Hivyo basi uchovu unaotokana na hayo, watuzuia kukuona na kukutambua. Lakini upo hapo, kama zamani zile pembeni mwa ziwa, na unatusubiri. Unatuandalia mlo, unatualika, unatupakulia wewe mwenyewe Bwana. Punde macho yetu yanafunuliwa na tunakutambua. Yohane wa kwanza, na kisha

wengine wafuatia. Petro anaharakisha kuungana nawe, na wenzake wanamfuata. Kisha unamchukua Simoni Petro pembeni na unamuuliza swali muhimu: "Simoni mwana wa Yona, unanipenda zaidi kuliko wengine?[58]" swali hilo linavuka karne na karne na kwa kuwa ni wewe, Yesu yule yule jana na leo, ambaye upo mbele yangu, unaniuliza mimi pia hivi leo swali lile lile, je, ninakujibu nini Bwana?

3. Bwana mchungaji mkuu wa kanisa lako, nathubutu kukujibu kama Simoni: "Unastahili mno kupendwa, watakatifu wengi mno wamekupenda. Kamwe hakuna upendo kama jinsi wewe ulivyonipenda. Lakini nia ya moyo wangu, ni kukupenda wewe zaidi na zaidi, na vyema zaidi, bila shaka kwa

---

[58] **Yohane 21: 15** Basi walipokwisha kula, Yesu akamwambia Simoni Petro, "Je, Simoni wa Yohane, wewe wanipenda kuliko hawa?" Akamwambia, "Naam, Bwana, wewe wajua kuwa nakupenda." Akamwambia, Lisha wanakondoo wangu."

kuanguka kwingi lakini pia kwa kuinuka kwingi kwa kuanza upya kila siku…Nikupende kwa upendo wa moyo wangu, lakini pia kwa zawadi za matendo yangu, kwa moyo na kwa msisitizo na uvumilivu kama jinsi Roho Mtakatifu atakavyonijalia. Na kisha, unaniambia kama Petro: "kuwa mchungaji wa wengine, fanya kazi kwa jinsi uwezavyo ili waungane na kondoo wa kundi langu, mhudumie jirani yako…"

4.   Leo, nakuomba Bwana kwa wakristu wote ambao, kwa ubatizo unawakabidhi utume wa kichungaji chini ya uongozi wa uchungaji mkuu: maaskofu, mapadre, mashemasi. Lakini pia kwa makatekista ambao ndani ya kanisa letu, ni watumishi wenye bidii, na wachungaji wa kweli kwa ndugu zao. Vilevile kwa wakufunzi na walimu wakristu ambao wanatayarisha akili na mioyo

ya wanafunzi wengi; waongoze kwako ee Bwana.

5.   Naam, asante Yesu kwa kuwa mchungaji wangu mwema, na kwa kuniongoza katika malisho mazuri. Pamoja nawe sipungukiwi na kitu. Usiache kunifundisha nikupende zaidi ya yote.

TAFAKARI YA ISHIRINI NA TISA

YESU ANAPAA MBINGUNI

1. "Nitakapokuwa nimenyanyuliwa juu ya dunia, nitawavuta kwangu watu wote[59]" ulisema siku moja neno hilo lenye kushangaza Bwana, na ulinivuta kwako, kwa uwezo wa Roho wako, na ninakuja kusujudu mbele yako "Bwana wangu na Mungu wangu[60]"

2. Ekaristi, kwa kweli ni ukumbusho wa kila siku wa kupaa kwako mbinguni Bwana, yaani wa mpito wako toka katika kuonekana, hadi katika kutoonekana, toka duniani hadi mbinguni, toka katika dunia ya watu hadi katika ile ya Mungu. Kinachoonekana ni kile kilicho hapa mbele yangu; alama nyenyekevu ya mkate, lakini upo hapa kunivutia tu katika ulimwengu usioonekana.

---

[59] **Yohane 12:32** "…Nami nikiinuliwa juu ya nchi, nitawavuta wote kwangu."
[60] **Yohane 20:28** Tomaso, akajibu, akamwambia, "Bwana wangu na Mungu wangu!"

Ninapouangalia, Roho Mtakatifu anaamsha imani yangu ndani ya ukweli huu ulio halisi zaidi kuliko mwingine lakini ambao macho ya mwili wangu hayawezi kuuona; Mwili Mtukufu, unaotoka kwa Mungu, uliopenywa na Roho Mtakatifu wa Neno aliyetwaa mwili, aliyekufa na kufufuka, unayemtafakari Baba, na ukamilifu wa mwisho wa uumbaji wote wa kazi hii kubwa, ya mabadiliko ya maumbile, inayoletwa na ushindi unaotoka kwa Mungu na kurudi huko huko. Kwa kuwa "yote yameumbwa naye, Kristu, na yeye na kwa yeye" ili kwamba katika ukamilifu wa nyakati "Mungu awe yote katika yote"

3.   Katika kuabudu Ekaristi Takatifu, navutwa kukuelekea wewe Bwana, na pamoja nawe, kiroho napaa mbinguni. Hiyo ni kusema; napita toka katika ulimwengu unaoonekana kuelekea ule usioonekana. Nakutafakari katika roho Yesu mfalme wa

utukufu. Bwana wa ulimwengu, mwokozi wa watu wote. Ndani yako namtafakari Baba, "Mungu wa wote," yeye anayetaka ukombozi wa watu wote namtafakari Roho Mtakatifu, mpangiliaji wa mipango duniani na aliyeenea juu ya ulimwengu, akiwaunganisha watu bila kuonekana, ili awaongoze kuelekea kwako, Yesu, muhimili wa dunia, mshenga pekee, na kwa wewe njia ya uhakika ya kumuelekea Baba, ambaye kwaye kila mwanadamu ameumbwa. Namtafakari pia karibu nawe Maria, Malkia wa Mbingu, malaika na watakatifu ambao hawakomi kumtukuza Mungu na kusali kwa dunia ya wanadamu.

4.   Ndiyo maana nakuomba leo Bwana, kwa kanisa la kimisionari, linalotumwa kwa wanadamu wote wa dunia. Kwa wale ambao Roho Mtakatifu anaongea nao juu ya wito wa kimisionari kwa huduma ya misioni za jumla za kanisa hili, kwa wale ambao hawatambui

bado Injili yako. Ili kwamba waende kwa wale walio mbali na kuwatangazia neno la wokovu na la maisha ya milele.

5.   Naam, asante Yesu, kwa kuniwekea mkono, mimi mzima ni mali yako.

TAFAKARI YA THELATHINI

YESU ANATOLEWA SADAKA

1.   Kwa mara nyingine nakuja mbele ya enzi ya neema, nikiongozwa na Roho Mtakatifu, na nakuabudu ee Yesu; mtu pekee wa kipadre kwa mfano wa Melkisedeki, wewe mwenye upadre wa kipekee, wa milele, usiobadilika. Wewe "uliyenyanyuliwa juu mbinguni" kwako heshima na utukufu wote.

2.   Leo Bwana, naungana kwa imani na liturjia ya kanisa wakati wa kuadhimisha Sakramenti ya sadaka yako pekee, ambayo kwayo dunia imeokolewa. Kanisa, kila mara linatualika hivi: "inueni mioyo- Tumeinua kwa Bwana, Tumshukuru Bwana Mungu wetu, ni vyema na haki," Kweli Baba Mtakatifu sana, ni vyema na haki kukushukuru, kila wakati na kila mahali, kwa mwanano mpendwa Yesu Kristu. Kabla ya yote, Ekaristi ni "sadaka ya kanisa lako," Baba, ndani ya hiyo unaitambua ile ya mwana wako," hii sadaka Hai na

Takatifu" kwa kukushukuru, ili kwamba sisi sote, katika Kristu, tuwe sadaka hai kwa sifa ya Utukufu wako."

3.   Ninapokuja kukuabudu katika Sakramenti yako, zaidi ya yote, ni kwaajili ya kuungana nawe Yesu katika Ekaristi yako, katika kujitoa kwako, katika sadaka ya mwili na damu yako," kwa utukufu wa Mungu na ukombozi wa ulimwengu. Wakati huu, napenda kurudia sala ambayo huimbwa mwisho wa kila sala ya Ekaristi; "kwa njia yake, Kristu, pamoja naye, na ndani yake, wewe Mungu Baba Mwenyezi, katika umoja wa Roho Mtakatifu, unapata heshima na utukufu wote daima na milele, Amina." Nakuja kwahiyo, hapa pia kuungana na hii sadaka pekee na hakika ya kuteketezwa ambayo umeionyesha kwa Baba yako juu ya msalaba, pamoja na nguvu ya Roho Mtakatifu, uliposema; "Baba, naiweka roho yangu,

maisha yangu, uhai wangu wote mikononi mwako." Pamoja nawe, natoa sadaka ya maisha yangu yote. Kama Solomoni namwambia Baba: kwa moyo mnyoofu na wenye furaha, Bwana nimekupa yote[61]"

4.   Katika kuungana na sadaka yako kamilifu, Bwana Yesu, naweza tu kuingia katika sala yako ya kipadre ambamo unasali kwa umoja wa kanisa lako. Lakini naungana pia na hii sala ya mwisho, ambamo, kabla ya kufa, ulisali kwaajili ya wadhambi wote wa historia ya dunia: "Baba, wasamehe, kwa kuwa hawajui wanalotenda[62]."

---

[61] **1Mambo ya Nyakati 29:**17 Nami najua, Mungu wangu, ya kuwa wewe wajaribu moyo, nawe wapendezwa na unyofu. Nami katika unyofu wa moyo wangu nimeyatoa haya yote kwa hiari yangu mwenyewe; nami sasa nimeona kwa furaha watu wako, waliopo hapa, wakikutolea kwa hiari yao.
[62] **Luka 23:34** Yesu akasema, "Baba uwasamehe, kwa kuwa hawajui watendalo." Wakagawana mavazi yake, wakipiga kura.

5.	Naam, asante Yesu, kuchukua sadaka yangu na kuiweka ndani ya sadaka yako, sadaka yako kamilifu.

TAFAKARI YA THELATHINI NA MOJA

YESU ANATOLEWA CHAKULA

1.   Mbele ya Sakramenti yako Bwana Yesu, nikiangaziwa na Roho Mtakatifu, naamsha imani yangu. Naamini kwamba ndani ya kipande hiki cha mkate kilicho mbele ya macho yangu, unapatikana Mwili wako na Damu yako, Ubinadamu wako na Umungu wako, na nakuabudu.

2.   Wkati huu, naibua katika kumbukumbu zangu maneno uliyosema wakati ukiongeza mikate; "Mimi ni mkate hai ulioshuka toka mbinguni, atakayekula mkate huu, ataishi milele. Na mkate nitakaowapa ni mwili wangu, kwa uzima wa dunia." Kisha; "Aulaye mwili wangu na kuinywa damu yangu, ana uzima wa milele nami nitamfufua siku ya mwisho. Mwili wangu ni chakula cha kweli… anayekula mwili wangu, mkate huu, ulio mwili wangu, hukaa ndani yangu nami ndani yake." Naam, tazama Bwana, maneno unayosema ni makuu

kiasi gani! Nayakubali yote katika ukweli wake. Wewe ni mkate wa Mungu, uliotoka mbinguni, mkate huu unaotoa maisha kwa dunia. Ni namna gani naweza kukushukuru kwa kuniwezesha kusikia maneno haya, kuyaamini, na kwa kuweza kupokea katika chakula, mkate huu, ambo ni mwili wako, ambao ni wewe mwenyewe, wewe mwana uliyetumwa na Baba ili kutuwezesha tuwe na maisha, maisha tele, maisha katika ukamilifu, maisha ya milele, maisha halisi ya Mungu.

3.   Umenifunulia hivyo Bwana, matunda matatu ya ushiriki kwa mwili wako ndani ya mkate wa Ekaristi. Kabla ya yote; unakaa ndani mwangu nami ndani mwako. Kwa hilo, "naweza kuishi kwa wewe," yaani niimarishwe na Roho wako, niongozwe na mwanga wako, wewe neno wa Mungu, na ukichochewa kwa upendo wa moyo unaowaka upendo wa Mungu, na kwa wanadamu. Mwisho hata

kama natakiwa kufa kimwili kama wewe, na
hata katika mateso, nitaishi milele ndani ya
roho yangu na utanifufua siku ya mwisho.
Wakati huu ninapokuabudu ndani ya mkate
huu wa mbinguni, naonja haya "makazi" ya
wewe ndani yangu na mimi ndani yako, wewe
uliye utajiri wangu mkubwa kuliko yote na
ninakushukuru kwa hilo. Ujaze moyo wangu
kwa upendo huu unaoujaza moyo wako, na
fanya kwamba niungane haswa nawe, na
kuanzia sasa, kitu chochote kisinitenganishe
nawe.

4.   Bwana Yesu, mkate wa maisha,
nakuomba kwa wale wote ambao muda huu
sehemu fulani duniani wanapokea Komunio
Takatifu. Pamoja nao nasema; "Ee Bwana
sistahili uingie moyoni mwangu lakini sema
neno moja nami nitapona." Unasema neno hili
na unaniponya. Komunio hii ijenge kanisa na
kulitukuza duniani kote.

5.   Asante Yesu, kwa kujitoa kwangu, na kwa wengine wengi, katika chakula cha maisha ya milele…

TAFAKARI YA THELATHINI NA MBILI

YESU UWEPO MTAKATIFU

1.   Kama Maria wa Bethania, nakuja kupiga magoti mbele yako Bwana, kukuabudu na kukaa tu mbele yako, kubakia karibu nawe, kuwa katika uwepo wako, ambao ni wa kifumbo lakini kwa hakika halisi.

2.   Ekaristi si Sakramenti ya sadaka pekee, ama ya maisha yanayotakiwa kukua ndani mwetu, lakini pia ya uwepo wetu, lakini pia ya uwepo wako halisi na kamili. Hilo ni fundisho la kanisa lako, Bwana, na ninashirikiana kikamilifu. Ukiiacha dunia hii ulisema: "Nipo pamoja nanyi, siku zote hata ukamilifu wa nyakati." Uwepo huu hauonekani, uwepo huu ni wa kiroho. Jina lako Yesu, laambatana na lile la Emmanuel; "Mungu pamoja nasi[63] "

---

[63] **Mathayo 1:21-23** "…Naye atazaa mwana, nawe utamwita jina lake Yesu, maana, yeye ndiye atakayewaokoa watu wake na dhambi zao." Hayo yote yamekuwa, ili litimie neno lililonenwa na Bwana kwa ujumbe wa nabii akisema: *Tazama*

Lakini ulipenda kwamba ishara inayoonekana tupatiwe wanadamu, kama ukumbusho wa daima na halisi wa huu uwepo wa kiulimwengu. Ishara hii, mkate huu si tu, ni alama kama zingine, inayotuonyesha kwamba upo hapa, lakini hii ina U-Mungu wako uliopo kila sehemu, lakini pia ubinadamu wako, mwili wako uliozaliwa na Bikira Maria, uliotundikwa msalabani na kufufuka kutoka kwa wafu.

3.   Fumbo hili ni la kimungu zaidi kuliko miujiza yote, naamini Bwana. Na kwa hiyo, kama walivyofanya watakatifu wengi, najiweka mbele yako, sawia kabisa na Maria mama yako, na Yosefu karibu nawe huko Nazareti, kama Maria mwingine chini ya miguu yako Bethania, kama Zakayo ndani ya nyumba yake, kama wale kumi na wawili ndani ya ile nyumba kisha karamu ya mwisho, ama kama

---

bikra atachukua mimba, naye atazaa mwana, nao watamwita jina lake Immanuel, yaani, Mungu pamoja nasi.

ulipowatokea baada ya ufufuko. Sina chochote cha kuwatamani. Nina bahati zaidi kuliko wao wote, kwa kuwa naweza kuja hapa kila siku, na kila saa ya mchana ama ya usiku. Tatizo langu ni kuwa siwezi kukuona kwa macho yangu, kukusikia kwa masikio yangu, ama kukugusa kwa mikono yangu. Ni imani, na upendo tu, ambavyo Roho anaweka ndani ya moyo wangu, ndivyo vinaweza kunifanya niyavuke mambo ya nje. Ninakuomba kwahiyo, uiongoze imani yangu, iwe siku zote penyevu, nyenyekevu pia, wazi zaidi, kama ile ya kanisa inayoagazwa na Roho wako Mtakatifu.

4.	Nakuomba Bwana, kwa hawa maelfu ya wanaume na wanawake ambao, wakati huu, katika sehemu mbalimbali za ulimwengu huu mkubwa, wanaabudu uwepo wako ndani ya Ekaristi hii. Pokea masifu yao, alama zao zote za upendo, na maombi yao ili kwamba jina la Baba litukuzwe, ufalme wake uje, na mapenzi yake yafanyike.

5.   Asante Yesu, kwa uwepo huu mtakatifu ndani ya kijikanisa hiki / kanisa hili, na ndani ya Tabenekulo zote za dunia…

TAFAKARI YA THELATHINI NA TATU

YESU YULE ATAKAYEKUJA

1.   Bwana Yesu, wewe ni mzima, ndani mwako ni furaha ya milele. Kwa mara nyinge, nakuja mbele ya Sakramenti ya uwepo wako. Siwezi kukuona kwa macho yangu lakini wewe unanitazama. Uliniambia: "Njoo na uone," Uliongeza: "Utaona mambo makubwa zaidi." Nakuabudu na nangoja…

2.   Kwa kuwa kama umeshakuja ndani ya unyenyekevu, utakuja tena, lakini mara hii katika utukufu ambao hatuwezi kuufikiria. Mtakatifu Paulo anatuambia kwamba kila mara tuulapo mkate ambao ni Mwili wako, na tuinywapo divai ambayo ni damu yako; "tunatangaza kifo cha Bwana" kwa hiyo sadaka yake kwa Baba kwaajili ya ukombozi wa dunia, lakini hilo, anasema , "mpaka atakapokuja", anamalizia vilevile waraka wake kwa Wakorintho kwa maneno ya Kiliturjia ya wakristu wa mwanzo; "MaranaTha" yaani

"Bwana Njoo." Ni wazi unakuja kwetu pamoja, na Baba na Roho wake wa upendo kila mara, kwa kuwa, kwa kukupenda tunafanya mapenzi ya Baba. Lakini ujio huu ni wa wa ndani; umefichwa ndani ya mioyo yetu. Ila hali ujio wako wa mwisho, utakapokuja kufanya upya vitu vyote na, kuwahukumu wazima na wafu, utaonekana, utaonyesha utukufu wote. Ekaristi inatuandaa kwa hilo, na inatupatia maandalizi na hamu ya chakula kabla ya muda wa mlo kufika.

3.   Hivyo nakutafakari Bwana Yesu, wewe uliyekuwa, uliye na utakayekuja. Sakramenti ambayo umetuachia si tu kwamba ni ukumbusho wa maajabu yaliyopita ama alama kamilifu ya uwepo wako halisi, ni pia tangazo na mwanzo wa kile kitakachokuja katika wakati ujao. Tayari ni uhalisia, lakini uliofichika kabisa; mbingu mpya na dunia mpya," kama ambavyo mtakatifu Petro anatusihi tusubiri na

kufanya bidii[64], na kama ambavyo Ufunuo unadhihirisha na kuandika; kama mji mtakatifu ushukao toka mbinguni, unang'aa kwa uzuri unaofananishwa na vito kumi na viwili vya thamani [65] na uliomulikuwa kwa utukufu wa Mungu. Kwa kutafakari hostia nyeupe, nyenyekevu mno, naweza, na natakiwa kugundua ndani yake; "Yule anayekuja kufanya upya vitu vyote," wewe Bwana Yesu, mfalme wa wafalme na Bwana wa mabwana, Mungu pamoja nasi.

---

[64] **2 Petro 3: 13-14** Lakini, kama ilivyo ahadi yake, tunatazamia mbingu mpya na nchi mpya, ambayo haki yakaa ndani yake. Kwa hiyo, wapenzi, kwa kuwa mnatazamia mambo hayo, fanyeni bidii ili mwonekane katika amani kuwa hamna mawaa walaa aibu mbele yake.

[65] **Ufunuo : 21: 19-21** Na misingi ya ukuta wa mji ilikuwa imepambwa kwa vito vya thamani vya kila namna. Msingi wa kwanza ulikuwa yaspi, wa pili yakuti samawi, wa tatu kalkedoni, wa nne zumaridi, wa tano sardoniki, wa sita akiki, wa saba krisolitho, wa nane zabarajadi, wa kenda yakuti ya manjano, wa kumi krisopraso, wa kumi na moja hiakintho, wa kumi na mbili amethisto. Na ile milango kumi na miwili ni lulu kumi na mbili; kila mlango ni lulu moja. Na njia ya mji ni dhahabu safi kama kioo kiangavu.

4. Napenda kukuomba hapa kwa wanaume na wanawake wengi ambao mustakabali wao umezibwa, ambao hawana tumaini lolote ama ambao wanajua tu tumaini la kidunia, ambalo, mara nyingi, huwakatisha tama tu. Kwamba kanisa lako lielewe kufanya usikike mahali pote ujumbe wake wa tumaini, uhakika wake kwamba, wewe Bwana, utakuja na kwamba unakuja kila siku katika Sakramenti hii ya ufunuo; ujio wako katika utukufu.

5. "Roho na bibi arusi wanasema, "Njoo", naam, na uje, Bwana Yesu[66]"

---

[66] **Ufunuo 22:17-20** Na Roho na Bibi arusi wasema, "Njoo!" Naye asikiaye na aseme, "Njoo!" Naye mwenye kiu na aje; na yeye atakaye, na ayatwae maji ya uzima bure. Namshuhudia kila mtu ayasikiaye maneno ya unabii wa kitabu hiki: Mtu yeyote akiyaongeza, Mungu atamwongezea hayo mapigo yaliyoandikwa katika kitabu hiki. Na mtu yeyote akiondoa lolote katika maneno ya unabii wa kitabu hiki, Mungu atamwondolea sehemu yake katika ule mti wa uzima, na katika ule mji mtakatifu, ambao habari zake zimeandikwa katika kitabu hiki. Yeye mwenye kuyashuhudia haya aseme, "Naam; naja upesi." Amina. Na uje, Bwana Yesu!

TAFAKARI YA THELATHINI NA NNE

YESU BWANA HARUSI

1.   "Heri walioalikwa kwenye karamu ya Mwanakondoo[67]," Nasikia sauti hii kutoka mbinguni. Nikiongozwa na Roho Mtakatifu nakuja mbele yako Bwana Yesu, upo ndani ya Sakramenti ya Agano Jipya na la milele kati ya Mungu na wanadamu, kati yako wewe Yesu, na kanisa lako, na nakuabudu.

2.   Mbingu mpya na dunia ambavyo umevisimika Bwana, si tu kwamba vinafanana na mji wa Amani; Yerusalemu ya kimbungu, ila ni pia kama msichana aliye tayari kwa mume wake. Mume huyo ni wewe Yesu; mwana wa Mungu, mwana wa Maria, uliyekufa na kufufuka, upo ndani ya Ekaristi hii, ambayo naitafakari hapa. Uliaguliwa tangu muda mrefu na manabii; Hosea, Isaya,

---

[67] **Ufunuo 19:9** Naye akaniambia, "Andika: Heri walioalikwa karamu ya arusi ya Mwanakondoo." Akaniambia, "Maneno haya ni maneno ya kweli ya Mungu."

Yeremia, Ezekiel na hasa ndani ya mpendwa wa Wimbo ulio Bora.

Ulijiita mwenyewe, "Bwana arusi" katika mazungumzo juu ya kufunga Katika zamu yake, Yohane mbatizaji alijitangaza kuwa rafiki wa Bwana Harusi na kujawa na furaha kwa sauti, kwa kuwa Bwana arusi huyo amempata bibi harusi, mke yaani kanisa.[68] Ndicho ambacho mtakatifu Paulo anachohakikisha tena anapoongea na Waefeso juu ya arusi ya Kikristu[69]

3.   Kama wewe ni Bwana harusi wa kanisa lote Bwana, basi wewe ni bwana harusi pia wa nyoyo zote za kikristu, waamini wa kanisa hili. Si tu kwa mabikira waliojiweka wakfu na

---

[68] **Yahane 3: 28-29** Ninyi wenyewe mwanishuhudia ya kwamba nalisema: mimi siye Kristo, bali nimetumwa mbele yake. Aliye naye bibi arusi ndiye Bwana arusi; lakini rafiki yake bwana arusi, yeye anayesimama na kumsikia, aifurahia sana sauti yake bwana arusi.
[69] **Waefeso 5**

ambao mapokeo ya kanisa yanawataja kama "wake wa Kristu," lakini pia kwa wabatizwa wote ambao wanaishi ndani ya upendo wako, na wanakaa ndani ya upendo huo. Wewe ni bwana harusi, kwa kuwa ulitupenda na, kutuchagua na umejiunga nasi kwa agano la kudumu. Na unasubiri upendo wetu kwa zamu yetu, upendo aminifu na huru, upendo wa juu zaidi kuliko vyote kwa kuwa, pekee anayekupenda zaidi ya baba yake, zaidi ya mama yake, zaidi ya kaka na dada zake na rafiki zake, na zaidi kuliko yeye mwenyewe, ndiye anayekustahili wewe. Kwa kuwa wewe ni Bwana harusi, tuna uhakika na uaminifu wako kamili, hata kama bahati mbaya, sisi si wakamilifu, kwa kuwa hauwezi kujikana wewe mwenyewe. Nipatie Bwana, kwa Roho wako Mtakatifu, uaminifu sawa na wako. Ili kwamba Ekaristi yako ya hili Agano la upendo, niungane nawe bila kutengana nawe.

4. Ni kwa wanawake wote ambao wamejiweka wakfu katika useja ndio nawaombea leo, Bwana. Kwa kuwa wao, kwa mastahili ya juu zaidi ni wake/ bibi harusi wako. Uaminifu wao unaamsha, unachangamsha, uaminifu wetu kwako pia. Waite vijana wengi wa kike katika maisha ya kitawa, na wasichana kutukumbusha kwamba wewe ni Bwana harusi wa kanisa lako.

5. Asante Bwana Yesu, kwa kunialika kila siku katika sherehe ya karamu ya milele, ambapo tunaadhimisha tangazo katika kila Ekaristi.

TAFAKARI YA THELATHINI NA TANO

MPENDWA AITWAYE YESU

1.   "Bwana yupo pale, na anakuita[70]" ananiambia Marita/Martha wa Bethania. Nakuja kwahiyo mbele yako Yesu, mpendwa wa Baba, mpendwa wa wote unaowavuta kwake, yeye aliyenipenda na kujitoa kwaajili yangu. Nafungua moyo wangu kwa Roho Mtakatifu, na nakuabudu Yesu, wewe mume wa kanisa; uliye ndani ya Sakramenti hii.

2.   Yote, katika Sakramenti hii ambayo natafakari, yananikumbusha upendo ambao ulinipenda. Upendo huu, upendo huu "agape" ambao Paulo ameandika katika sura ya kumi na tatu ya waraka wake wa kwanza kwa Wakorintho; "Upendo ni mvumilivu... ni mwema...," na napeleka sifa hizi kwa Yesu, hapa ndani yah ostia Takatifu; mvumilivu, ni

---

[70] **Yohane 11:28** Naye alipokwisha kusema hayo, alikwenda zake; akamwita umbu lake Mariamu faraghani, akisema, "Mwalimu yupo anakuita."

mwema. Si mwivu, haijitapi, ni mnyenyekevu, hafanyi chochote kisicho sawa, si mbinafsi, hakasiriki, hana chuki, haufurahii mabaya, hufurahia ukweli. Huvumilia yote, huamini yote, hutarajia yote, siku zote ni mvumilivu[71]...." Ndivyo hivyo ulivyo Bwana, ndivyo hivyo umekuwa siku zote, ndivyo hivyo utakavyokuwa siku zote, kwa kuwa wewe ni upendo; na sifa ya upendo ni kujishusha, kutochuja, wa kuwa mwema, wa kutoa yote, wa kujitoa. Upendo huu ambao Paulo aliuandika kwa hakika ni wewe Yesu, upendo wa milele lakini uliofunuliwa katika nyakati kamili, lakini daima mwenye busara, usiyeshindwa lakini mvumilivu; mwenye enzi naa uliyejaa upole.... "Upendo unaoitwa Yesu"

---

[71] **1Wakorintho 13:4-7** Upendo huvumilia, hufadhili; upendo hauhusudu; upendo hautakabari, haujivuni; haukosi kuwa na adabu; hautafuti mambo yake; hauoni uchungu; hauhesabu mabaya; haufurahii udhalimu, bali hufurahi pamoja na kweli; huvumilia yote, huamini yote; hutumaini yote, hustahimili yote.

3.   Na ninachukua kwahiyo mistari ya mwanzo ya sura hii, na ninasoma hivi: "kama nitaongea lugha zote, kama nitaongea kwa ufasaha kabisa, lakini kama sina Yesu katika midomo yangu, hotuba zangu zote ni tupu. Kama nitaelewa maarifa yote, kama ni mwenye akili mno, lakini kama Yesu hayupo katika mawazo yangu, mimi si kitu. Kama natumika kwa nguvu, kama nitajitoa na kujitumikisha katika kazi hata kama nitajitoa kwa huduma kwa jirani, lakini kwamba wewe Yesu, haujazi moyo wangu maumivu haya yote, na kazi hizi zote hazisaidii kitu. Lakini upo hapo Bwana ndani ya Ekaristi; unanifunulia na kunipatia upendo wako ili kwamba upendo huu uujaze moyo wangu, ukae katika mawazo yangu, ulindime juu ya midomo yangu, na kwamba kwa zamu yangu niweze kukupenda na kukufanya upendwe. Hakuna upendo mkubwa zaidi ya kutoa maisha yake kwa wale anaowapenda.

Umelifanya jambo hilo kwangu Yesu, na unalifanya ndani ya Sakramenti hii; hamu yangu ni kukupenda pia wewe Bwana, leo na kila siku.

4. Wanaume na wanawake wengi wanamtafuta yule anayewapenda na anayeweza kuwapenda bila udanganyifu, lakini hawamfahamu, kwa kuwa hawamfahamu. Roho wako mtakatifu, awafunulie wafahamu kuwa upendo kamili upo, imara, mpole unaitwa Yesu, na kwamba upendo huo upo hapa, lakini umejificha ndani ya Sakramenti yako bora.

5. Asante Yesu, kwa kunipenda na kwa kunijalia kukupenda.

TAFAKARI YA THELATHINI NA SITA

MOYO MTAKATIFU WA YESU

1. "Wanamtafakari yule waliyemtoboa[72];" maneno haya ya nabii Zakaria ambayo mtakatifu Yohane ananukuu, yananialika kukutafakari, Yesu uliyepo hapa, wewe ambaye moyo wako ulichomwa na kumwagika maji na damu; ishara ya ubatizo na ya Ekaristi. Kwa imani, na upendo, nakuabudu na nakushukuru.

2. "Yesu, Yesu, unanizunguka kwa upendo wako na unanifunulia moyo wako, naam, unanipenda mno." Maneno ya wimbo huu mzuri, je, ni wapi maneno haya yanafaa zaidi kama si hapa, mbele ya Sakramenti yako; Sakramenti ya moyo wako? Moyo huu

---

[72] **Zekaria 12:10** Nami nitawamwagia watu wa nyumba ya Daudi, na wenyeji wa Yerusalemu, roho ya neema na kuomba: nao watamtazama yeye ambaye walimchoma. Nao watamwombolezea, kama vile mtu amwombolezeavyo mwanawe wa pekee, nao wataona uchungu kwa ajili yake, kama vile mtu aonavyo uchungu kwa ajili ya mzaliwa wake wa kwanza. **Yohani 19:37** …Na tena andiko lingine lanena: Watamtazama yeye waliyemchoma

ambao umewapenda, unawapenda mno wanadamu, lakini unajulikana kidogoo mno, unapokelewa vibaya, ulipendwa vibaya…Ulikuja kwa walio wako lakini walio wako walikupokea vibaya… ulipouonyesha moyo wako kwa mtakatifu Marguerite-Maria, ulitaka kwamba nyoyo hamasika zaidi zirekebishe kwa sala zao na sadaka zao, kutokujali na hata kutokuwa na shukrani kwa wengi. Unanialika hapa niwe kati ya wale ambao wanafidia kwa upendo mkubwa; upendo mdogo ama ukosefu wa upendo kwa idadi kubwa ya wakristu.

3.   Bwana, mimi si bora zaidi ya wengine. Mimi mwenyewe mara nyingi ni vuguvugu na msahaulifu. Lakini leo, nataka nikuonyeshe upendo wangu kwa imani zaidi na kwa hamasa kuliko kawaida"   Yesu, Yesu nakushukuru bila kikomo na nakupatia moyo wangu wote. Naam, nakupenda mno."

Nitakalo hapa ni kukuimbia kwa uaminifu shairi jingine la wimbo uliosema hapo juu, na nakuhakikishia kwa bidii zaidi kukamilisha mapenzi ya Mungu kwa mfano wako, na kwa hiyo nimpende zaidi jirani yangu. Wewe wanipenda kwanza, na nauamini upendo huo; moyo wangu ujeruhiwe kwa upeondo huu na kwamba jeraha hilo lipone tu mbinguni. Kama umenipenda hivyo, unaniamuru kuwapenda ndugu zangu, na watu wote kama ulivyotupenda wote. "Upendo umetengeneza njia ya kwanza." Moyo mtukufu wa Yesu, ufanye moyo wangu ufanane na wako, fanya nitambue kama wewe kuyatoa maisha yangu kwaajili ya wengine.

4.   Bwana Yesu, ambaye moyo unawake upendo, wewe uliyekuja kuleta moto duniani, sambaza moyo wako wa upendo katika moyo wa kila anayekomunika na kwa wale wote,

kama mimi sasa, wanaokuja kukutembelea na
kukuabudu.

5.	Asante Yesu, kwa kunifunulia hazina za
moyo wako mpendwa mno.

TAFAKARI YA THELATHINI NA SABA

YESU AMEVAA TAJI LA WATAKATIFU WOTE

1.   Bwana, mimi si wa kwanza kuja kupiga magoti mbele ya Sakramenti yako takatifu; tangu karne nyingi maelfu ya wakristu wamekuabudu katika alama, ishara hii nyenyekevu ya mkate. Walilifanya tendo hili kwa upendo mkubwa. Kama wao, nasujudu mbele yako. Nafungua moyo wangu kwa Roho Mtakatifu, na narudia maneno ya imani ya Thomasi; "Bwana wangu na Mungu wangu[73]"

2.   Leo, waabuduji hawa wapo mbinguni; kundi kubwa lisiloweza kuhesabika, wa kila taifa, kabila, watu na lugha; imara kwa kuwa ni wazima, mbele ya kiti cha enzi cha Mungu na mwanakondoo, wewe Bwana Yesu, Bwana wao uabudiwaye. Wanaimba kwa sauti yenye nguvu; "Ukombozi ni kwa Mungu wetu ambaaye anatawala enzi, na kwa

---

[73] **Yohane 20:28** Tomaso akajibu, akamwambia, "Bwana wangu na Mungu wangu!"

mwanakondoo." Na maandiko ya Ufunuo yanaongeza; "Mwanakondoo ambaye anasimama katika enzi, kwa kuwa ni Mungu, na Mchungaji wao, anawaongoza katika chemchem ya maisha[74]." Hapa nawakumbuka wapenzi wako wa Ekaristi Takatifu: Julienne, Tomaso wa Akwino, Fransis na Klara, Pascal Baylon, Julien Eymard, Marguerite-Marie, Charles de Foucauld, na siku hizi "Jumuiya ya Mkate wa Maisha", na majina mengine mengi zaidi…

3.   Pamoja na watakatifu hawa wote jana na leo, ambao wanakutafakari ndani ya Utukufu wako, naungana nao na nakuabudu. Nachukua sehemu ya masifu yao na naonja,

---

[74] **Ufunuo 7:9-10** Baada ya hapo nikaona, na tazama, mkutano mkubwa sana ambao hapana mtu awezaye kuuhesabu, watu wa kila taifa, na kabila, na jamaa, na lugha, wamesimama mbele ya kile kiti cha enzi, na mbele za Mwanakondoo, wamevikwa mavazi meupe, wana matawi ya mitende mikononi mwao; wakilia kwa sauti kuu wakisema, "Wokovu una Mungu wetu aketiye katika kiti cha enzi, na Mwanakondoo"

lakini katika giza la imani, katika furaha ambayo unawapatia. Utakatifu wa Roho zao unatoka kwako, kwa Roho wako mtakatifu na kwao. Walipokuwa wakikuabudu hapa duniani, walikuomba, kama Teresia; uwe wewe mwenyewe utakatifu wao na kuijaza mioyo yao kwa upendo wako. "ulituumba kwaajili yako, Bwana, na mioyo yetu haina pumziko hadi itakapopumzika kwako." Lakini pumziko lao la milele ni shughuli yao iliyo na nguvu zaidi, kwa kuwa wanashiriki katika shughuli ya yule anayetumika siku zote; Mungu chanzo cha kila kiumbe na kila maisha. Wanaishi mbingu yao kwa kutenda mema duniani. Inatakiwa iwe hivyo pia kwetu. Uabuduji wetu na ushirika wetu, wa kisakramenti ama wa kiroho, kwa Ekaristi, ni shughuli yetu muhimu kabisa; ushiriki wetu katika kazi okovu na takatifuzi ya yule ambaye "halali wala hasinzii"

4.   Napenda kuwaombea hapa wale wote ambao watakatifu waliwapa kipaumbele katika maisha yao: masikini, wazee, watoto, wagonjwa, walemavu, yatima, wajane, waliokata tamaa… Nakuomba Bwana, uwahurumie wale wote wanaohangaika hapa duniani na uwafariji. Amsha ndani mwao tamaa ya mbingu ambapo machozi yote yatafutwa. Na waje kutafuta, mbele ya Sakramenti hii, furaha uliyoahidi kwa wale wote wanaohangaika na kuelemewa na mizigo.

5.   Asante Yesu; umevaa taji la watakatifu wote kutuvuta kwako

TAFAKARI YA THELATHINI NA NANE

YESU ANAHUDUMIWA NA MALAIKA

1.   Bwana Yesu, ulimwambia Nathanaeli; "Utaona mbingu zi wazi na malaika wa Mungu wakipanda na kushuka juu ya mwana wa mtu[75]." Upo hapa mbele yangu Bwana, na hata kama macho ya mwili wangu hayawezi kukuona, naamini kuwa malaika watakatifu wanaizunguka Sakramenti yako, wanakuabudu, na kukutukuza muda huu, nami naungana nao.

2.   Nasoma tena katika waraka kwa Waebrania; "mmeusogelea mlima wa Sayuni, mji wa Mungu hai, na malaika wengi, walikuwa katika sherehe...,[76]" na katika Ufunuo; "Nasikia sauti za nderemo za kundi la malaika

---

[75] **Yohane 1:51** Akamwambia, "Amin, amin, nawaambia: mtaziona mbingu zimefunguka na malaika wa Mungu wakikwea na kushuka juu ya mwana wa Adamu."
[76] **Waebrania 12:22** Bali ninyi mmeufikilia Sayuni, na mji wa Mungu aliye hai, Yerusalemu wa mbinguni, na majeshi ya malaika elfu nyingi.

waliokusanyika kuzunguka kiti cha enzi cha Mungu; walikuwa wengi sana, idadi isiyohesabika, maelfu kwa maelfu, na walikuwa wakilia kwa sauti; mwanakondoo aliyechinjwa ana haki ya kupokea mamlaka, utajiri, hekima, nguvu, heshima, utukufu na sifa...." Na nakumbuka yule malaika mlinzi ambaye Mungu umenipatia, yeye pia; "anatafakari utukufu wa Mungu katika uso wa Kristu". Pamoja na hawa malaika wote ee Yesu, nakutukuza, na nakuabudu.

3.   Uliwaumba malaika na unawatuma kutuhudumia, na kutukumbusha bila kukoma kwamba, Mungu alituumba mahususi kabisa kwaajili ya masifu na uabuduji, na kisha hapo tu ndio huduma. Unatambua Bwana, kwamba watu wengi hawatambui jambo hilo na hawana nadhari nalo. Wanaishi mahususi kabisa kwaajili ya vitu vya dunia, na wanaona kuwa hawafai, wanapoteza muda wao, wale ambao

mchana na usiku, kama malaika wanasimama mbele yako mkombozi; kukuabudu katika Roho na kweli. Ulikuja duniani hapa kuwatafuta hawa waabuduji. Mimi hapa Bwana, naitikia wito wako. Nisaidie kutambua umuhimu wa saa hizi takatifu ambazo kwazo, nikiungana na malaika namwabudu yule ambaye yupo, aliyekuwepo na anayekuja, kwa kuimba pamoja nao; "Mtakatifu, Mtakatifu, Mtakatifu, Mungu wa ulimwengu, mbingu na dunia zimejaa utukufu wako, hosanna juu mbinguni...

4.	Uwahurumie Bwana, wale katika dini zingine, wanakuabudu lakini bado hawatambui kwamba wewe Yesu mwana wa milele; upo umeungana na Baba yako, mmoja pamoja naye katika kiti cha enzi ya utukufu wake; ndugu zetu Wayahudi na ndugu zetu Waislamu, kila mmoja kwa namna yake. Malaika watakatifu, ambao ndugu zetu hao wanakiri uwepo wao; wawaongoze karibu nawe.

5.   Asante Bwana, kwa hawa malaika wanaopanda na kushuka karibu nawe, na wanaokuabudu bila kukoma…

TAFAKARI YA THELATHINI NA TISA

YESU MWANA WA BABA AMBAYE JUU YAKE ANAKAA ROHO

1.   "Malaika alinionyesha mto wa maisha-Roho Mtakatifu, ambaye alikuwa akibubujika toka katika enzi ya Mungu na mwanakondoo". Bwana Yesu, nakuabudu wewe; mwana wa Baba, wewe ambaye juu yako Roho Mtakatifu hukaa, wewe ambaye ulitukuzwa, unatutumia Roho kama siku ya Pentekoste...Hapa ninaona tu kipande cha mkate, lakini naamini kwa hakika kwamba upo ndani ya mkate huu uliobarikiwa na kwamba unanipeleka karibu na Baba, ambaye kutoka kwake anapatikana Roho.

2.   "Kutoka kwenye Ekaristi hadi kwenye utatu mtakatifu," wakati wa chakula ambapo ulitoa kwa mitume wako Ekaristi ya kwanza, ulijua Bwana Yesu, kwamba Baba alikuwa ameweka yote katika mikono yako, na kwamba ulikuwa umekuja toka kwa Mungu na

ulikuwa ukirudi kwa Mungu. Ulitumwa na Baba, alimwaambia; "nakwenda kwa Baba," na uliongeza; "nitamwomba Baba, atawapatia mlinzi mwingine, awe pamoja nanyi siku zote, Roho wa ukweli, Roho Mtakatifu." Huo ndio ukomo wa mwisho wa zawadi ya Sakramenti yako tukuka; inatuzamisha katika kiini cha, "fumbo kubwa kabisa" lile la Utatu Mtakatifu wa Mungu. Mbele ya Sakramenti yao, naimba kwahiyo; "Utukufu kwa Baba, kwa Mwana na kwa Roho Mtakatifu, daima na milele." Pamoja nawe nakwenda kwa Baba…

3.   Kwa mara ya pili, naelewa tena neno; "kutoka kwenye Ekaristi hadi kwenye Utatu Mtakatifu" ndani yangu, kilindini mwa moyo wangu wanaishi: Baba, Mwana na Roho ambao ni Mungu Mmoja; hai na kweli.wanakaa humo mchana na usiku; hata kama sifikirii jambo hilo. Lakini ninapopokea mwili wako hai, chemchem ya Roho. Bwana

Yesu, unaongeza ndani mwangu, kwa Roho Mtakatifu; imani yangu, tumaini langu na upendo wangu, na pia zawadi zote za Roho Mtakatifu. Kwa hiyo basi, nakuwa na nafasi bora zaidi ya kuweza kuungana vyema na kila mmoja wa nafsi tatu takatifu, niongee nao, niwapende, nijitoe kwa kila mmoja wao; uwepo wao ndani mwangu unakuwa kwahiyo halisi zaidi na wenye kina zaidi. Ni kwaajili ya Ekaristi, ndiyo moyo wangu, na mwili wangu vinakuwa, kwa Utatu Mtakatifu, hekalu safi zaidi, na unawaka upendo mkubwa zaidi.

4.   Hapa sala yangu inatakiwa iwe kwa ujumla kwa ulimwengu wote. Mungu Baba yetu, aliwaumba watu wote kwa sura na mfano wake ili waweze, kwa uwezo wa Roho Mtakatifu, kufanana na sura kamilifu ambaye ni Mwana. Bwana Yesu, wanyanyue toka duniani, wavute kwako watu walioumbwa kwa mfano wa Mungu…

5.	Asante Yesu, kwa kuweka mkono wako juu yangu… "Nivute, tunakimbia…" (wimbo ulio bora), mimi pamoja na wote wanaonitegemea; ili tuje kwako…

TAFAKARI YA AROBAINI

YESU MNYENYEKEVU

1.   Kwa unyenyekevu, nipo hapa mbele yako, kukutafakari; nakuabudu, nibakie karibu nawe, bila ya kufikiria kitu kingine Zaidi yako. Ndani mwako kwa furaha yangu yote. Umebisha hodi, na nimefungua. Na upo hapa; "wewe karibu nami, na mimi karibu nawe"

2.   Hapa nachukua wimbo wa zamani wa Kilatini:

Yetu Kumbukumbu Bora / Tamu
(Jesus Dulcis Memoria)
Yesu; kumbukumbu tamu;
Unatoa furaha ya kweli ya moyo.
Lakini zaidi kuliko asali na mali zote;
Ni mtamu mno uwepo wako
Hakuna kinachoimbwa kwa utamu zaidi;
Kamwe hakijasikika kitu kingine chenye kuvutia zaidi.
Hakuna kifikirikacho kilicho kitamu zaidi ya;

Yesu; mwana wa Mungu.

Yesu; tumaini la waungama / waongofu;

Kwa kuwa wewe, ni mpendevu kwa wakuombao; Kwa kuwa wewe, ni mwema kwa wale wakutafutao; Na je, tuseme nini kwa wale wanaokupata? Si ulimi unaoweza kuelezea; Wala si maandiko yenye kuweza kutoa hisia hizo; Ila yule tu; aliyepata uzoefu wake, ndiye hasa aweza amini; Kile ambacho Yesu anapenda. Yesu; kuwa furaha yetu,

Wewe uliye, na utakayekuwa thawabu yetu.

Utukufu wetu uwe kwako; Kila siku na milele.

3.   Nayakumbuka makundi yote ya sala ambayo, bila kuchoka, jina lako Yesu, linaimbwa, linatukuzwa, linatamkwa, kwa upendo. Mbele ya Sakramenti Takatifu ambamo, katika imani yangu, natambua uwepo wako, nalitaja jina lako kwa furaha. "Libarikiwe jina… jina la Bwana… Yesu ndilo jina hilo … lina stahili sifa jina hilo…."Laknini

siwezi kusahau kuwa ulisema: "si yule asemaye tu, "Bwana, Bwana" ndiye atakayeingia katika ufalme wa Mungu ila yule afanyaye mapenzi ya Baba yangu." Kukusifu, kukutafakari, kukutazama, wewe "Yesu pekee" ni kufanana nawe taratibu, nibadilishwe katika mfano wako. Na kwahiyo, kama wewe, kufanya mapenzi ya Baba, kwa kila kitu na siku zote, kuwapenda watu wote kama unavyowapenda, ili kwamba kwa wewe, Yesu; "ambaye ni yote katika wote,[77]" mwishowe; "Mungu awe yote katika wote[78]"

4.   Ndiyo maana ulituambia; mnaposali semeni:

- Baba yetu uliye mbinguni, jina lako litukuzwe, Ufalme wako ufike,

---

[77] **Wkolosai 3:11** Hapo hapana Myunani wala Myahudi, kutahiriwa wala kutotahiriwa, mgeni wala mshenzi, mtumwa wala mwungwana, bali Kristo ni yote na katika yote.
[78] **1Wakorintho 15:28** Basi, vitu vyote vikiisha kutiishwa chini yake, ndipo Mwana mwenyewe naye atatiishwa chini yake yeye aliyemtiisha vitu vyote, ili kwamba Mungu awe yote katika wote.

- Mapenzi yako yatimizwe; duniani kama mbinguni,
- Utupe leo mkate wetu wa kila siku,
- Utusamehe makossa yetu, kama tunavyowasamehe na sisi waliotukosea, na
- Usitutie katika kishawishi, lakini utuokoe maovuni Kwa kuwa Ufalme ni wako, na nguvu na utukufu hata milele, Amina.

5.   Asante Bwana Yesu, kwa upendo wako mkuu kwetu sisi wanadamu. Umetukomboa toka utumwani mwa dhambi, asante Bwana

a

a

9 789998 791239